ऐसी अक्षरे

मैत्रेयी जोशी

मेहता पब्लिशिंग हाऊस

Please contact us at **Mehta Publishing House,** Pune 411030.
✆ +91 020-24476924 / 24460313 / Mob. No. 954500513
Email : production@mehtapublishinghouse.com
Website : www.mehtapublishinghouse.com

- *या पुस्तकातील लेखकाची मते, घटना, वर्णने ही त्या लेखकाची असून त्याच्याशी प्रकाशक सहमत असतीलच असे नाही.*

AAISI AKSHARE by MAITREYEE JOSHI

ऐसी अक्षरे : मैत्रेयी जोशी / कथासंग्रह

author@mehtapublishinghouse.com
प्रकाशक : सुनील अनिल मेहता, मेहता पब्लिशिंग हाऊस,
१९४१ सदाशिव पेठ, माडीवाले कॉलनी, पुणे – ३०.

अक्षरजुळणी : इफेक्ट्स, २१/६ब, आयडिअल कॉलनी, कोथरूड, पुणे ३८

मुद्रक : ट्रिनिटी ॲकॅडमी फॉर कॉर्पोरेट ट्रेनिंग लिमिटेड

मुखपृष्ठ : फाल्गुन ग्राफिक्स

प्रथमावृत्ती : जानेवारी, २०२२

किंमत : ₹ २१०

P Book ISBN 9789391151928

E Book ISBN 9789391151119

E Books available on : amazonkindle Apple Books Google Play Books

---

सुरमौलीमणिद्युति शुभ्रकरं विषयादिमहाभयवर्णहरम् ।
निजकान्तिविलेपितचन्द्रशिवं तव नौमि सरस्वति पादयुगम् ॥

देवांच्या डोक्यावरील मुकुटातील रत्नांमुळे जे शुभ्र किरणांनी युक्त झाले आहेत, संसारातील विषयांपासून निर्माण होणाऱ्या महाभयाचा भयवर्ण ज्याने नाहीसा केला आहे, आपल्या कांतीने जिने चंद्राला तो धारण करणाऱ्या शिवाला झाकून टाकले आहे, अशा तुझ्या पद्मयुगाला हे सरस्वती मी नमस्कार करते.

अनुक्रमणिका

I've got the children
to tend
The clothes
to mend
The floor
to mop
The food
to shop

आणि अशी कितीतरी 'किरकोळ' कामं...

कवयित्री 'माया'ची ही कविता आठवतेय तिला. Housewife हेच शीर्षक असलेली. स्त्री इंग्लिश असो की भारतीय. तिला गृहिणी म्हणा किंवा Home-maker...

तिचा दर्जा कनिष्ठच... नोकरदार स्त्रीच्या तुलनेत ती नगण्यच, उपेक्षितच.

आणि अशा प्रसंगांची मालिकाच तिच्या डोळ्यांसमोरून सरकतीये... ती... कुणी एक गृहिणी... "घरीच तर बसलीये" या कॅटेगरीतली. तेव्हा, म्हटलं तर ही कथा तशी प्रातिनिधिकच!

रंगाच्या रानात हरवले ते
स्वप्नांचे पक्षी
निळ्या रेशमी पाण्यावरती
थेंबबावरी नक्षी
गतजन्मीची ओळख सांगत

श्रेय

आला गंधित वारा।।
श्रावणात घननिळा बरसला...

माळशेजच्या घाटातील श्रावणाचं ते लोभस रूप सुजाता कितीतरी वेळ नेत्रसंपुटी साठवून घेत होती. धुक्यात हरवलेली ती अवखळ पायवाट, जागोजागी झेपावणारे ते श्वेत - फेनिल प्रपात, खळाळते निरागस निर्झर, पिवळ्याधमक रानफुलांचा तो नयनरम्य गालिचा — सारे कसे लोभावून टाकणारे! एखाद्या लावण्यवतीने आपल्या चेहऱ्यावरचा घुंगट सारून प्रियकराला आपला मुखचंद्र दाखवावा आणि पुढच्याच क्षणी लज्जावगुंठित व्हावे तसा निसर्गाने खेळ मांडलेला. क्षणात धुके तर क्षणात ऊन! त्या तलावाच्या काठी फिरत असताना अचानक अग्निपंखी रोहित पक्ष्याने दिलेले दर्शन!

सृष्टीचे हे लीळाकौतुक अपलक नेत्रांनी निरखीत असताना सुजाता भानावर आली ती उषाच्या शब्दांनी; "अहो, सुजाताताई, एवढी कसली समाधी लागली आहे. आपल्याला जायचंय परत दुपारच्या गाडीने. म्हटलं, आम्हाला उद्या ८.१३ची लोकल पकडायचीये." थोडा पॉज घेऊन ती उद्‌गारली, "तुमचं एक बरंय, नोकरी नाही काही नाही. काळाचं भान सुटलं तरी फारसा फरक पडत नाही." परत तोच विषमाखला डंख! स्वरात तीच तुच्छता! स्वर्गीय वातावरणात विहार करणारी सुजाता दाणकन पृथ्वीवर आदळली!

यावेळीही रवी धावून आला मदतीला! सुजाच्या सोशिकपणाशी तर तो चांगलाच परिचित होता. त्याची सहचरी होती ना ती! शक्यतो नमते घ्यायचे, वितंडवाद घालायचे नाहीत, मोठ्या मनाने माफ करायचे... सारे दैवी गुण... आजकालच्या जमान्यात रद्दबातल झालेले!

रवीने तिला प्रतिटोला हाणलाच, "उषा, तू काय मोठी करिअर करतीयेस! छोट्या Private कंपनीमध्ये Grade II क्लार्क ! तुझ्या पगाराचा, नोकरीचा टेंभा अश्विनीसमोर मिरव ना!"

रवीच्या फटकाऱ्याने उषा चांगलीच वरमली; पण वर्षासहलीचा विचका झालाच. उषा, सुजाची चुलतजाऊ- अश्विनी धाकटी नणंद - अगदी सख्खी! एका प्रथितयश ॲड एजन्सीमध्ये Senior Copywriter होती. चांगला Lucrative Job होता. शिवाय मानाचा. ती मात्र कधीच तोऱ्यात वागत नसे.

तेव्हापासून उषा-अनिरुद्ध, सुजा-रवीशी बोलेनासे झालेत. गणपती उत्सवात सुजा-रवी आत्याकडे गेले होते दरवर्षीप्रमाणे... एक शब्द बोलले नाहीत दोघं. मग सुजाच पुढे होऊन म्हणाली, "साकेत नाही आला दर्शनाला?" तेव्हा नाइलाजाने उत्तर दिलं, 'त्याला फ्ल्यू झाला आहे. आईजवळ घरीच राहिला आहे.' आणि लगबगीने तिथून निघून गेली आतमध्ये.

घरी येता येता सुजाताच्या दृष्टीसमोर मागचे एकेक प्रसंग येत राहिले. एखादं चलत्‌चित्र उलगडावं तसे. अन् ती अस्वस्थ होत गेली.

तिला आठवलं, अर्चिसला स्कॉलरशिप मिळाली तेव्हा सगळ्यांनी जोरदार पार्टीचा आग्रह धरला. निमित्तालाच टेकलेली ती... लगेच ती कल्पना उचलून धरली.

या छोट्याशा कौतुक समारंभाला सारे सुहृद जमले होते. छोटंसं संमेलनच जणू. नातवाच्या कौतुकासाठी आई खास पुण्याहून आली होती. सासू-सासरे रिझल्टच्या वेळेस गावावरून आलेलेच होते. अनूमावशी, अश्विनीआत्या, तिचे यजमान, उषा, अनिरुद्ध. उषाचा साकेत अर्चिसच्याच वर्गातला.

'पार्टीचा तो दिवस मी कसा विसरेन?' सुजाला आठवू लागला तो दिवस. पार्टी छानच रंगली. अर्चिस आज भलताच फॉर्ममध्ये होता. सगळ्यांनी छान छान भेटवस्तू दिल्या. उषाही पुढे झाली, "अभिनंदन अर्चू! बघ तुला प्रॉमिस केल्याप्रमाणे नॉडीचा बुकसेट आणलाय... पाचवीत जाणार नं तू आता? इंग्लिश शिकणार नं?" आणि माझ्याकडे वळून म्हणते कशी, "सुजा, दुपारची झोप कमी करून लेकासाठी पेपर सेट केलेस. चांगली तयारी करून घेतलीस. खरं कौतुक तुझं करायला हवं. आमच्या नोकरीपायी आम्हाला वेळ मिळत नाही अभ्यास घ्यायला. तुम्हाला तो प्रश्न नाही. भरपूर वेळ देता येतो." गोड शब्दांत, हसत हसत तिने मारलेल्या डंखाची कळ काळजात उमटलीच; पण वरकरणी तसे काही न दर्शविता मीही तिला परतीचा अहेर केला, "तू म्हणतेस ते खरंय उषा; पण ते पेपर्स मी नाही, अर्चिसनेच लिहिले. म्हणजे खरं क्रेडिट त्याचंच." यावर मात्र तिचा चेहरा बघण्यालायक झाला.

कारण साकेत अर्चिसइतका हुशार नव्हता. Also ranच्या category मधला. त्यामुळे अर्चिसला अभ्यासात मिळणारी बक्षिसे, गायन, वक्तृत्वादी

कलांमध्ये त्याने दाखविलेलं नैपुण्य... या सर्वांची तुलना आई म्हणून तिच्या मनात होतच असणार. Jealousy thy name is women. मग ही असूया, हे वैफल्य यांचा परिपाक म्हणून माझ्यातलं वैगुण्य टिपायचं. मी नोकरी करीत नाही... येता-जाता माझ्या 'रिकामपणाचा' तुच्छतापूर्ण उल्लेख करायचा.

अर्थात नोकरी न करता घरी बसल्याचा खेद सुजाला कधीच झाला नाही. तसं पाहता लग्नापूर्वी शिक्षण संपल्यावर दोन-चार वर्षं नोकरी केली होती तिनेसुद्धा. विवाहानंतर वर्षभरात झालेले miscarriage, वय वाढल्यामुळे second pregnancy न लांबविण्याचा डॉक्टरांनी दिलेला सल्ला, नऊ महिन्यांची सक्तीची bed rest, नंतर अर्चिसचा जन्म, त्याचं संगोपन, त्याची नाजूक प्रकृती, त्याला वारंवार होणारे आजार या गदारोळात नोकरीचा विचार देखील शिवला नव्हता सुजाच्या मनाला आणि अर्थात तशी गरजही नव्हती!

मात्र अर्चिस पाच वर्षांचा झाला; प्रकृतीने स्थिर व सुदृढ झाला. जवळच्या बालवाडीत जायला लागला तेव्हा सुजा कॉलनीतच असलेल्या 'प्रयोजन' या महिलांसाठी नव्यानेच सुरू झालेल्या आश्रमात जायला लागली. एम.ए.ला घेतलेल्या Clinical Psychologyचा तिला इथे Conusellor म्हणून चांगला उपयोग होई. आठवड्यातून तीन वेळा Part time job. तेथील त्या परित्यक्ता, उपेक्षित, असहाय, पतित स्त्रियांच्या दुःखांवर हळूच फुंकर घालताना सुजाला आपल्या उबदार घरट्यात आपण किती सुरक्षित आयुष्य जगतो याचा पुनःप्रत्यय येई. खरखुरं job satisfaction तिला मिळत असे. दुसऱ्यांसाठी झटताना अपूर्व समाधान मिळत असे. आणि या तिच्या उपक्रमाला 'रिकामपणी लष्कराच्या भाकऱ्या भाजणे' असं नाव उषाने देऊन टाकलं होतं. सुजाचा मानभंग करण्याची एकही संधी ती दवडीत नसे.

सुजाने फूड प्रोसेसर घेतला तेव्हा उषाने असेच तारे तोडले; "तुला काय जरूर होती? घरीच तर असतेस." तेव्हा सुजाची आईच पुढे झाली होती लेकीची बाजू सावरायला, "अगं मीच पैसे दिले तिला लग्नाचा वाढदिवस म्हणून. रवीला सकाळी लवकर डबा द्यावा लागतो करून. कणिक झटकन् मळली जाते यावर. शिवाय सुजाचीही तब्येत हल्ली बरी नसते. मदतीला कुणी नाही. मग नको का तिला घेऊन

द्यायला?'' हे मात्र खरंच होतं. सुजाता नुकतीच टायफॉईडच्या दुखण्यातून उठली होती.

गतस्मृतींचा अल्बम चाळता चाळता मन:पटलावर उमटलं अर्चिसचं उपनयन. बघता बघता अर्चिसला आठवं वर्ष लागलं. रवी-सुजालाही त्याच्या मुंजीचे वेध लागले. फार वाजतगाजत नाही; पण निकटचा मित्रपरिवार, सर्व आप्तेष्ट यांना निमंत्रित करायचं होतं सुजाच्या मनात. गावजेवण नसलं तरी शंभरेक पान झालं. मुंज थाटात झाली. नंतर व्हिडिओ कॅसेटमध्ये सुजाची झळाळत्या रंगाची पैठणी बघताना उषाचं तोंड आंबट झालं असावं; कारण तिच्या तोंडून मुक्ताफळं पडलीच. HOW EXQUISITE! काय सुंदर आहे गं पैठणी - कार्यात झळकली नाही इतकी या कॅमेऱ्यात झळकतीये. बाकी तू काही म्हण सुजा, आहेस खरी भाग्यवान. तुझी हौस रवीने पुरवली. नाहीतर आमच्याकडे बघ. अगदी उलटी तऱ्हा! आमचे पाच हजार रुपये दिसतात तर नवरोजी साधी पॉलिएस्टरची साडीसुद्धा आणत नाहीत माझ्यासाठी. एकेकदा वाटतं नोकरी सोडून घरी बसावं म्हणजे तरी लाड होतील आपले!'' त्यावर सुजाता मनमोकळेपणे उद्‌गारली, "हो नं, अगं मी पण रवीला म्हटलं, कशाला एवढे बारा हजार खर्च केलेस? पण त्याने आणलीय इतकी कौतुकाने की मला अर्चूच्या मुंजीत नेसणं भागच होतं!'' रवीने तिच्या सुरात सूर मिसळला, 'नाहीतरी तुम्ही बायका दुसरीचं श्रेष्ठत्व तिच्या साड्या, दागिने, नवऱ्याचा पगार या साऱ्या गोष्टींवरून मानता. तिचा स्वभाव, शिक्षण यावरून तर नक्कीच नाही.''

"आई, ए आई, अगं लक्ष कुठे आहे तुझं? फोन आलाय बघ कुणाचा.'' अर्चिसच्या उद्‌गारांनी सुजा वर्तमानात आली. "हॅलो, हो मिसेस साने बोलतीये. काय, oh, thanks thanks a lot! Bye!" फोन ठेवून तिने स्वत:भोवतीच एक गिरकी घेतली. अर्चिसला गंमतच वाटली. ''काय गं आई, कुणाचा फोन होता?'' पुस्तकातून डोकं वर काढत त्याने विचारलं. "अरे राजा, माझं पुस्तक प्रसिद्ध झालंय ना, त्याला या वर्षीचा राज्य सरकारचा पुरस्कार मिळाला आहे.''

"अभिनंदन, आई. I am proud of you.'' इति चिरंजीव. "थांब बाबांना कळवतो ही Good News,'' असं म्हणत तो धावलाच.

त्या दिवशीची संध्याकाळ सुजाच्या आयुष्यात इंद्रधनूचे सप्तरंग उधळीत आली. त्या सोनेरी क्षणांनी तिचं जीवन उजळून गेलं. तिला एखाद्या फुलपाखरासारखं नाचावं, बागडावंसं वाटत होतं. रवी, अर्चिस तर जाम 'मूड' मध्ये होते. दोघांनी आपल्या मित्रांना, नातेवाइकांना कळवून टाकली ही शुभ वार्ता!

राज्य पुरस्कार प्रदान समारंभात सुजाताला थोडंसं बोलायची विनंती केली गेली तेव्हा ती उठली. औपचारिकता संपल्यावर तिने सरळ मुद्द्याला हात घातला. 'सायंतारा' हे माझं पहिलं वाङ्मयीन अपत्य. महिलाश्रमात काम करीत असताना या पीडित स्त्रियांच्या वेदना, त्यांच्या व्यथा मला जाणवल्या आणि ठरवलं या वेदनांना शब्दरूप द्यायचं. त्यांच्यावर झालेल्या अन्यायाला वाचा फोडायची.

पण स्त्रियांवर अन्याय फक्त पुरुषजातच करते असं नाही. चांगल्या सुशिक्षित म्हणवणाऱ्या स्त्रियादेखील आपल्या भगिनींवर अन्याय करीत असतात. त्यांनाच मला जाब विचारायचा आहे.

स्त्री अर्थार्जनासाठी घराबाहेर पडली. तिचे क्षितिज विस्तारले. ज्ञानाच्या कक्षा रुंदावल्या. शहरांमध्ये तर ५० किंवा त्याहून अधिक टक्के महिला नोकऱ्या करतात. काही आर्थिक गरजेपोटी, तर काही आपले आर्थिक स्वातंत्र्य जपण्यासाठी. कित्येक जणी आपल्याला नुसतं घरकाम करायचं नाही म्हणूनही बाहेर पडतात. माझा या कोणावरही राग नाही. आक्षेप नाही; कारण आक्षेप घेणारी मी कोण? प्रत्येकाची वैयक्तिक बाब आहे ती आणि म्हणूनच मला वाटतं की त्यांनीही इतरांचं विचारस्वातंत्र्य जपावं... सर्व स्त्रियांना नोकरीच्या पारड्यात घालून तोलू नये. नोकरी न करणाऱ्या, घरी राहणाऱ्या सर्व स्त्रिया अशिक्षित, कर्तृत्वहीन असतात अशी एकांगी समजूत करून घेऊ नये. मी स्वत: प्रथम श्रेणीमध्ये पोस्ट ग्रॅज्युएट आहे. गरज होती तेव्हा मीही नोकरी केली; पण आता गरज नसताना चार पैसे मिळवणं आणि भारतीय 'बेकार युवा' समाजात भर घालणं मला प्रशस्त वाटत नाही. १० ते ६ अशा घाण्याला जुंपून मला माझं आयुष्य रितं करायचं नाही. तसचं आपलं ज्ञान केवळ पगार घरी आणल्यानं सुफळ होतं असं मला बिल्कूल वाटत नाही. आपले छंद घरी बसून जोपासणं कमीपणाचं आहे का? त्याचप्रमाणे घरी राहून शिवणकाम किंवा इतर लहान-मोठे उद्योग

करून पतीच्या कमाईला जोड देणाऱ्या स्त्रियांना कमी लेखण्याचा अधिकार कुणाचा? शिवाय स्त्री जेव्हा अर्थार्जनासाठी बाहेर पडली नव्हती तेव्हा तिचं असामान्यत्व लपून राहिलं का? म्हणजे यांच्या चष्म्यातून पाहायचं तर गार्गी, मैत्रेयी, लीलावती या विदुषी नव्हेतच! कारण त्यांना 'रिकामा वेळ' भरपूर होता! शतकानुशतके स्त्रीच्या कष्टांवर कुटुंबं मोठी झाली; मग तिचे श्रम बिनमोलाचे कसे? आणि तसं पाहिलं तर नोकरी करणाऱ्या सगळ्याच जणी करिअरिस्ट थोड्याच असतात? मग हा तोरा कशाला?

म्हणून आज मला मिळालेल्या सन्मानाचं सारं श्रेय मी त्या स्त्रीला देईन जिने पावलोपावली Housewife म्हणून मला घायाळ केलं. - आणि त्याचवेळी कळत-नकळत माझ्यातील स्फुलिंग चेतवलं. मला डिवचून आव्हान दिलं, दाखवून दे जगाला तूही कोणीतरी आहेस!''

सुजाला आपला सूर सापडला होता.

◆

(कथाश्री, एप्रिल ९९, श्री समर्थ पुस्तकालय व लोकमान्य वाचनालय, मालाड आयोजित स्पर्धेतील प्रथम पुरस्कारप्राप्त कथा)

यात्रा

खुर्ची का मिरची
जाशील कैशी...
ए चला गं, भांडू नका...
सागरगोटे खेळूया...
गोफ विणू बाई गोफ विणू
अर्ध्या रात्री गोफ विणू...

स्मृतींचा गोफ विणता विणता मीराताई थबकल्या. गोफ कसला, गुंता झाला होता सगळा डोक्यात. मधेच 'मेघदूतात'लं 'आषाढस्य प्रथम दिवसे' काय, मधूनच हादग्याची गाणी काय... स्मृतींचे भग्न अवशेष वेचता वेचता मन:पटलावर साकारलं कोकणातलं ते कौलारू घर, गोमयाने सारवलेलं अंगण, त्यावर रेखाटलेली गोपद्म चिन्हं, खिडकीत डोकावणारी कृष्णकमळाची वेल... माजघरात पाठमोरी बसलेली चिमुरडी... 'आई तिपेडी वेणी घालून दे नं' म्हणून हट्ट करतीये.

आणि नंतर...? ब्लॅक आउट. जगणं वर्तमानात नव्हतं, ना त्याला भविष्याचे वेध होते, ना भूतकाळाचे संदर्भ... सगळ्या आठवणी विस्कळित, सूत्र नसलेल्या.

भूतकाळातील एखाद्या मजेदार, सुखद प्रसंगाची सय आली की ओठांच्या कोपऱ्यातून हसू ओघळायचं पण "आई का हसताय?" विचारलं की तोंडाला कुलूप...

वर्तमानाची भूतकाळाशी सांगड घालणं अशक्य होऊ पाहत होतं.

"आई, चार घास खाऊन घ्या. उठताय नं?" अर्चनानं हात देऊन आईंना बसतं केलं. मऊ गुरगुट्या भात, ताजं मेतकूट, साजूक तूप... सारं त्यांच्या आवडीचं; पण बळेच चार घास खाल्ले, घोटभर पाणी प्याल्या... तेवढ्या श्रमानं त्यांना थकवा आला.

त्यांच्या श्रांत, क्लांत चर्येकडे पाहता पाहता अर्चनाला कळून चुकलं, अंतिम पर्वाकडे वेगानं वाटचाल सुरू झालीये. हळूहळू अन्न तुटत जाईल तसतसा प्रचंड अशक्तपणा येईल. आत्ता उठून बसतायत दहा मिनिटं. तेवढंही उठवणार नाही. अंथरुणाला खिळूनच राहतील... देहविधी जागेवरच... त्याचीही शुद्ध नसेल. काही दिवस ट्यूब-फीडिंग, मग तेही कधीतरी संपेल... कनवाळू मृत्यू उदारपणे सासूबाईंना कवेत घेईल.

हे सगळं डॉक्टरांनीच नव्हतं का सांगितलं?... अन् तसंच झालं. आषाढ शुद्ध द्वादशीच्या पहाटे मीराताई गेल्या. यमयातनांतून अखेर त्यांची सुटका झाली.

श्वासोच्छ्वासाची तार तुटली... जीवन संपलं. 'मी' पण सरलं... अद्वैत साकारलं... इतकी साधी, सरळ त्रैराशिकं असतात का आयुष्यात?

आयुष्य संपविणारा काही वेगळंच योजित असतो. आता हेच पाहा नं; आज पहाटे मीराताई गेल्या. निशाचा सकाळी फोन आला; पण रूढार्थाने मिसेस मीरा दिवाण कधीच्याच मृत झाल्या होत्या... भयंकर अशा अल्झायमर रोगाने. या रोगात त्यांचं 'मी' पण मावळलं तेव्हाच खरं तर लौकिकाशी त्यांचा संबंध तुटला होता. शरीर जिवंत होतं; पण अंतस्थ चेतना जी प्रत्येक जीवाला 'अहं' बहाल करते ती प्रेरणा पाच-एक वर्षांपूर्वीच लोप पावली होती.

मीराताई माझ्या धाकट्या बहिणीच्या- निशाच्या थोरल्या जाऊबाई. शहरातील प्रसिद्ध कॉलेजमध्ये संस्कृतच्या नामांकित प्रोफेसर आणि विभागप्रमुख. व्यासंगी, प्रभावी व्यक्तिमत्त्व. देववाणीवर मनस्वी प्रेम. खूप पेपर्स लिहिले. संशोधन केलं. मानसन्मान मिळवले. कालिदास तर त्यांचं कुलदैवत. त्यांचे साहित्य शिकविताना रसवंती जणू फुलून येई. विद्यार्थी अगदी तन्मय होऊन जात.

चित्रपटात फ्लॅशबॅक दाखववावा तसं आठवत होतं मीराताईंचं आयुष्य-

त्या दिवशी असंच झालं. बेल वाजली आणि संपू नये वाटणारा तास संपला. मीराताई लगबगीने जायला निघाल्या. बँक ११ वाजता बंद होणार होती. अजून अर्धा तास होता; पण वाटेत निशाकडे जाऊन महत्त्वाचा निरोप द्यायचा होता... फोन सकाळपासून रुसलेला... कॉरिडॉरमधून जात असता मागून रश्मीची हाक, "मॅडम, तुमची पर्स टेबलावरच राहिली होती."

"अगं बाई, थँक्स रश्मी, बाय." असं म्हणत त्या स्कूटीकडे वळल्या देखील... मनाशी नवल करत, नुसतीच पुस्तकं कशी उचलली टेबलावरची, याचं. लॉकरमधून दागिने काढायचे होते. चार दिवसांवर सोहम्‌ची मुंज आली होती. उद्या सकाळचं बंगलोरचं बुकिंग. सोहम म्हणजे मीराताईंचा नातू... जगदीशचा मुलगा. खरं तर त्याच तिघांनी उठून पुण्यात यावं आणि हे शुभकार्य इथे झोकात साजरं करावं अशी श्रीधरपंत आणि मीराताई दोघांची इच्छा; पण जगदीशला चार दिवस रजाच मोठ्या मुश्किलीने मिळाली होती. नुकताच महिनाभर युरोपच्या टूरवर जाऊन आला होता ट्रेनिंगसाठी. विचारांत गर्क असताना निशाचं घर मागे कधी पडलं आणि बँक कधी आली कळलंच नाही. सगळ्या उपचारांची पूर्तता करून लॉकरची चावी काढण्यासाठी पर्स उघडली... आहे कुठे चावी? अरेच्चा, आज सकाळी आठवणीने घातली होती पर्समध्ये. पर्समधला फापटपसारा त्यांनी टेबलावर ओतला... स्कूटरची चावी, घराची चावी, कपाटाच्या किल्ल्या, आदल्या दिवशीचं बसचं तिकीट... लॉकरची किल्ली सोडून सगळी चीजवस्तू उपस्थित! असं कसं झालं? मीराताई गोंधळल्या. बावचळून गेल्या अगदी. आजचा दिवस विस्मरणाचा दिसतोय. रिटायर व्हायला अजून चार वर्षं बाकी आहेत. इतक्यातच वृद्धत्व आलं की काय?

छे, नको तो विचार... निषेधाच्या सुरात त्यांनी मनाला बजावलं. उठून सरळ मॅनेजरकडे गेल्या. ओळखीचे खातेदार असल्याने मॅनेजरने बँक बंद झाल्यावर मागच्या दाराने येऊन लॉकर उघडण्याची परवानगी दिली. त्याचे आभार मानायलाही त्या थांबल्या नाहीत... यापुढे जाऊन शिंप्याकडून ब्लाऊज घ्यायचे होते. सोहमला आवडतात म्हणून रवा-नारळाचे लाडू करायचे होते, नंतर पॅकिंग... कामं आ वासून उभी होती.

मीराताई घरी गेल्या... समोर कन्सोलवरच चावी ठेवलेली... ती

घेऊन त्याच पावली परत फिरल्या, दागिन्यांचा डबा काढला तेव्हा कुठे जिवात जीव आला.

थोडक्यात निभावलं; पण यापुढे काळजी घेतली पाहिजे. आतापर्यंत असं कधीच घडलं नव्हतं. अत्यंत शिस्तप्रिय, काटेकोर म्हणून मीराताई प्रसिद्ध होत्या. एकेका कामाची नोंद ठेवायला हवी आता; पण पैसे घेतलेस का, किल्ल्या घेतल्या का, म्हणून कालनिर्णय थोडीच आठवण करून देणार आपल्याला? म्हणजे श्रीधरपंतांवर ते काम आलं. कॉमेंट करायची ही दुर्मिळ संधी ते थोडीच सोडणार? मनोमन मीराताई शहारल्या.

व्रतबंधाचा दिवस उजाडला. साहम्ची आई, आजी, मामी, मावश्या.... साऱ्याजणी लफ्फेदार पैठणीत मिरवीत होत्या. बटूची आत्या उत्तरा खास या समारंभासाठी तिचा पती अनिश आणि मुलगा वेद यांच्यासह कॅनडाहून आली होती. वेद पुढल्याच महिन्यात एक वर्षाचा होणार होता. तेव्हा तोही कार्यक्रम इथेच करायचा असं उत्तरानं येतानाच योजून ठेवलं होतं.

मोठं गोंडस बाळ होतं वेद म्हणजे. कुरळं जावळ, लाल-गोरा वर्ण, निळसर डोळे (अनिशच्या आजोबांची देणगी होती...)... आजी, आजोबा, मामा-मामी सगळ्यांच्या कौतुकात नाहत होता. या मंगल प्रसंगी तमाम आप्तेष्ट जमले होते. दिवाळीच्या सुट्ट्या पडल्या होत्या आणि अनायासे बंगलोरदर्शनही घडणार होतं.

हवेत सुखद गारवा होता. स्वकीयांच्या दीर्घ कालावधीनंतर झालेल्या भेटी, सनईचे मंजुळ सूर. मांडवात प्रसन्नतेचा शिडकावा झाला होता.

एकमेकांची विचारपूस करून झाली. गप्पांना रंग भरू लागला. हास्य-विनोदाची पखरण सुरू झाली. इतक्यात 'उत्तरा, ए उत्तरा, लवकर इकडे ये,' सूनबाईंची अर्चनाची हाक ऐकू आली तशी उत्तरा पटकन उठली. आपल्या मांडीवरचं चुळबुळं गाठोडं आईच्या ताब्यात देत 'आलेच हं' म्हणत गायबही झाली.

आई गेली म्हटल्यावर गुलामाने ओठ काढले. त्याची पिपाणी वाजायच्या आतच मीराताई तिथून उठल्या आणि वेदला कडेवर घेऊन फिरवू लागल्या; पण तो कडेवरही राहिना म्हणून कोपऱ्यात सतरंजी अंथरली होती तिकडे मोहरा वळविला. खाली बसून त्याच्या पुढ्यात

बास्केटमधली दोन-तीन खेळणी टाकली आणि त्याचं मन रिझवू लागल्या.

इकडे मातृभोजनाची वेळ होत आली आणि निशा बोलवायला आली, "ताई, चला चला घास द्यायला. गुरुजी बोलावताहेत." "हो आलेच, तू हो पुढे. वेदला त्याच्या आईकडे देते आणि येतेच." असं पुटपुटत मीराताई उठताहेत तर वेद दिसतोय कुठं? निशाच्या चर्येवरचे भाव पाहून त्या आणखी गोंधळल्या. आता तर पाच मिनिटांपूर्वी इथे खेळत होता फाल्गुनीबरोबर. भयाने बोबडी वळली नुसती. तोंडाला कोरड पडली. चेहरा घामाने थबथबून गेला. "उत्तरे," तोंडून धड शब्द फुटेना. जवळून जाणाऱ्या अनिशचं लक्ष त्यांच्याकडे गेलं अन् तो हबकलाच. "काय झालं, बरं वाटत नाही का तुम्हाला?" त्याने आस्थेनं विचारलं. सुकलेल्या ओठांवरून जीभ फिरवीत मीराताई बोलू लागल्या "वेद कुठे दिसत नाहीए हो! कुणी पळवून नेला, की रांगत रस्त्यावर गेला?" अभद्राच्या कल्पनेनं त्यांचा चेहरा विदीर्ण झाला. इतक्यात आई उशीर का करतीए ते बघायला आलेली उत्तरा तो प्रकार पाहून पुढे झाली... आईला सावरायला! आईच्या खांद्यावर हात टाकून म्हणाली, "अगं आई, शांत हो. मीच नाही का त्याला उचलून नेलं झोपेला आला होता म्हणून? सांगून तर गेले होते तुला." "हूंऽऽ झालं खरं असंच. काय मेलं हे विस्मरण!"

जमलेल्या मंडळींचे चेहरे वाचले अन् मीराताईंना मेल्याहून मेल्यासारखं झालं. "चल आता, आहे नं तो सुखरूप? बटू थांबलाय बघ आजीच्या हातून घास घ्यायला." असं म्हणत तिने चतुराईने आईला तिथून ओढून नेलं. याविषयी अधिक चर्चा तिला नको होती.

नंतरनंतर हे प्रकार वाढतच गेले. एकदा श्रीधरपंत घड्याळ शोधत होते ते मिळावं कुठे... चक्क वॉर्डरोबमध्ये कपड्यांच्या घड्यांत. पासपोर्ट रद्दीत जाता जाता राहिला. रद्दीवाल्यानेच काढून दिला हातात, "बाई, हे बघा, काही महत्त्वाचं आहे का?" विचारलं. बघतात तर पासपोर्ट.

बरं तर बरं, श्रीधरपंतांच्या कानी हा प्रकार गेला नाही. पुढच्याच महिन्यात दोघं युरोपच्या टूरवर जाणार होते.

युरोपची टूर मात्र दृष्ट लागण्यासारखी झाली. रंगिल्या, रसिक फ्रान्सशी जवळीक, स्वित्झर्लंडला आल्प्स् शिखरांशी रोप-वे मधून

केलेलं हितगुज, हॉलंडने बहाल केलेला ट्यूलिप्सचा वासंतिक नजराणा; इंग्लंडच्या लेक सिटीमध्ये रम्य तलावाच्या काठी बसून वर्डस्वर्थच्या स्मृतींशी केलेली कुजबूज आणि समारोपादाखल लंडनमध्ये आगमन! मीराताईंचा सख्खा चुलतभाऊ नीलकंठ इथे गेली दोन तपं वास्तव्य करून होता. त्याने अगत्याने केलेलं आमंत्रण नाकारण्यासारखं नव्हतंच.

नीलकंठ आणि मीराताई जवळपास एकाच वयाचे. सात-आठ महिन्यांचा काय तो फरक असेल. शिक्षणासाठी ऑक्सफर्डला आला तो इकडचाच झाला. सहा-सात वर्षांनी गाठीभेटी होत होत्या. आनंदाला उधाण आलं होतं. वीकएन्ड्सना कुठे ना कुठे जायचे प्लॅन्स ठरवले जात होते. सोमवार ते शुक्रवार मात्र श्रीधरपंत, मीराताई दोघंच जवळपास फिरायचे.

येत्या शनिवारी हाईड पार्कला जायचा बेत ठरला. टूरमधून झाली होती तशी धावती भेट; पण आता कुटुंबीयांबरोबर जाणं अधिक मौजेचं होतं.

हाईड पार्कची दिशा धरली तेव्हा नऊ वाजले होते. डेरेदार वृक्षांच्या रांगा, मध्ये-मध्ये विखुरलेले छोटे-छोटे जलाशय, हिरव्या गवतात सहज उमललेली, वाऱ्यावर झोका घेणारी रानफुले... ऋतुराज वसंताचं आगमन झालं होतं. हवेत सुखद ऊब होती. उन्हांवर वेगळीच झिलई चढली होती. रूप-रंग-गंधातून ऋतुराजाचा आविष्कार प्रकट होत असताना मीराताईंना स्मरत होता कालिदासाचा ऋतुसंहार.

द्रुमःसपुष्पाः सलिलं सपद्मम्
स्त्रियः सकामाः पवनः सुगन्धी।
सुखाः प्रदोषाः दिवसाश्च रम्याः
सर्वं प्रियं चारूतरं वसन्ते॥

फिरत फिरत आपल्याच नादात मीराताई एकट्या लांबवर येऊन पोचल्या. इकडे श्रीधरपंतांच्या काळजाचा ठोका चुकला. ते, नीलकंठ, कल्याणी घाबरेघुबरे होत तिन्ही दिशांना पांगले. एका मेपलच्या वृक्षाखाली कोंडाळं दिसलं तसा नीलकंठ धावला. माणसं कुजबुजत होती. Very Strange. The Lady cannot recall her name. कडं तोडून पुढे झाला. बघतो तर काय, लहान मुलीसारख्या फतकल मारून मीराताई बसलेल्या-बावरलेल्या, रडवेल्या. सगळा राग कुठच्या कुठे पळाला. अतीव

करुणेनं त्याचं मन भरून गेलं. जत्रेत फिरत असताना आईचं धरलेलं बोट सुटलं की लहान मूल हरवावं आणि कावरंबावरं व्हावं तशी अवस्था झाली होती त्याच्या बहिणीची!

रात्री जेवणं झाल्यावर तिघं गप्पा मारत बसले. मीराताई मात्र झाल्या प्रकाराने थकून लवकरच झोपल्या होत्या. आज गप्पांचा मूडही नव्हता; पण नीलकंठला काहीतरी डाचत होतं खास. शेवटी त्याने विषयाला वाचा फोडलीच.

"श्रीधरपंत, अं... मला वाटतं आपण एक-दोन दिवसांत मीरेची संपूर्ण तपासणी करून घ्यावी. मला वाटतं, तिला अल्झायमर डिसीज झाला आहे. असेलच असं नाही; पण खात्री करून घ्यावी हे उत्तम." "नेमकं काय होतं या रोगात?" कल्याणीची पृच्छा. "आपल्या मेंदूत वेगवेगळे कप्पे असतात हे तर सर्वांना माहीत असतं. त्यातला एक कप्पा असतो स्मृतींचा. न्यूरोट्रान्समीटर्स या ज्या संदेशवाहिन्या असतात नं, त्यातील विशिष्ट द्रव्याचा आणि स्मरणशक्तीचा अविभाज्य संबंध आहे. हे द्रव्य कमी झालं की स्मृतिभ्रंश होऊ लागतो. अजून तरी या रोगावर रामबाण औषध सापडलं नाही. सध्या इतकंच करा, मीराला कुठंही एकटं पाठवू नका आणि दुर्दैवाने चाचण्यांचा रिझल्ट पॉझिटिव्ह आला तर मात्र तुम्हाला तिला खूप सांभाळावं लागेल. एखाद्या छोट्या मुलासारखं जपावं लागेल. होतं काय, कॅन्सरसारख्या विकारांमध्ये रुग्णाची वेदना दिसते, त्यामुळे त्याला सहानुभूती मिळते इतरांची; पण या प्रकारात 'इतकं कसं बाई लक्षात राहत नाही हिच्या?' अशी हेटाळणीच वाट्याला येण्याचा संभव अधिक... निदान सुरुवातीला तरी हा देखील एक रोगच आहे हे मनात ठसवून प्रेमाने वागा... आत्तापर्यंत वागलात तसे... आणि इतरांनाही सांगा..." बोलता बोलता नीलकंठचा गळा भरून आला. 'गुड नाइट' म्हणत तो तिथून उठून गेला.

श्रीधरपंतांना मात्र अल्झायमरचं निदान खरं ठरलं तेव्हा आपल्या भावना आवरेनात. एकेकाळच्या कर्तृत्ववान, शिस्तप्रिय पण तितक्याच प्रेमळ पत्नीची झपाट्याने खालावत जाणारी प्रकृती आणि तिच्या स्मृतीचा तितक्याच वेगाने होत जाणारा ऱ्हास पाहून ते चरकले.

दैनंदिन व्यवहारातल्या रोजच्या साध्यासुध्या गोष्टी मीराताईंकडून करवून घेणं herculean task सारखं कठीण वाटू लागलं. अंघोळ करणे

ही एक क्रिया घेतली तर त्याबरोबर येणारे सगळे दुवे स्मरणसाखळीतून निसटत गेले. तांब्या बादलीत बुडवून भरून घेणे, ते पाणी अंगावर घेणे, साबण लावणे, परत पाणी घेणे या सहजसुलभ क्रियाही त्यांना सुचेनाशा झाल्या. पुढेपुढे तर स्नेहीजन, आप्त, परिचित, इतकंच काय, आपला मुलगा, पती, सून, नातवंडं कुणाकुणाला त्या ओळखेनाशा झाल्या.

काही दिवसांनी स्वत:विषयीचं भानही गेलं. मी कोण, कुठली, काही उमगेनासं झालं. लहान मूल कसं अनभिज्ञ असतं तोच प्रकार. फरक फक्त इतकाच की ते मूल अज्ञानाकडून ज्ञानाच्या दिशेनं पावलं टाकतं. नित्य नव्या गोष्टी शिकत असतं. दिसामाशी त्याच्या जाणिवेच्या कक्षा विस्तारत जातात, तर मीराताईंच्या केसमध्ये हे रिग्रेशन होतं. जाणिवेकडून नेणिवेकडे चाललेला हा प्रवास फार क्लेशदायक होता आणि याचि देही याचि डोळा हे भोग पाहणं आमच्या प्रारब्धात लिहिलं होतं.

आठवणी मधुर, रम्य, सुखाच्या, दु:खाच्या, प्रेमाच्या... ही स्मृतिमंजूषा तर मानवी आयुष्यातील वाटचालीची शिदोरी असते, संजीवनी असते; पण अवघा कोषच लुटला गेला तर मागं उरतं काय?... एक जिवंत कलेवर.

क्वचित कधीतरी भूतकाळात रमल्या असं वाटलं तर संभाषण सुरू करावं तो धागा पकडून... तर करन्ट ऑफ. क्षणभरच वीज चमकावी आणि नंतर मिट्ट काळोख पसरावा तशी गत!

काय होत असेल मेंदूत उलथापालथ? समोरची माणसं वर्तमानात आणू पाहताहेत तर काळाचा सांधा तुटलेला. विस्मृतीच्या डोहात मीराताई झपाट्याने बुडत चालल्या होत्या.

जेवण तुटत गेलं. वर्षाचं मूल बरं जेवेल असं म्हणण्याची पाळी आली. प्रचंड अशक्तपणा... विकलांग मीराताई अंथरुणाला खिळल्या. देहविधींवरचा ताबाही गेला.

अखेर तो दिवस उजाडला. कनवाळू मृत्यूने मीराताईंची या भोगांतून सुटका केली.

मीराताई गेल्याच्या दुसऱ्या दिवशी... त्यांचं अंथरूण, गादी खाली करून साफ करायची होती. अर्चनाने जनाबाईला मदतीला बोलावलं.

गादी काढताना कसलंतरी ग्रीटिंग पाहिल्यासारखं वाटलं. तिचं कुतूहल चाळवलं. उघडून बघितलं तर सहा महिन्यांपूर्वी सोहमचा वाढदिवस झाला त्याचं शुभेच्छापत्र. खाली थरथरत्या हातांनी केलेली सही.

अर्चनाला रडू आवरेना. अष्टौप्रहर नातू, सून, मुलगा नजरेसमोर वावरत होते तेव्हा मेंदूच्या पेशी असहकार पुकारत होत्या. मीराताई ना अर्चनाला ओळखत होत्या, ना श्रीधरपंतांना, ना सोहमला. मग कुठच्या पेशींमध्ये अल्पशी धुगधुगी असावी जी त्यांना प्रेरणा देत होती नातवाच्या बर्थडेची?

मनातलं आभाळ लोचनांत उतरून आलं. प्रकाशाकडून अंधाराकडे झालेल्या या यात्रेनं सारं अस्तित्व, सारं चैतन्य शोषून घेतलं होतं... सर्वस्व लुटून स्वत:ची ओळखही मिटवली होती.

◆

(गृहशोभा दिवाळी अंक, २०००-०१, पुरस्कारप्राप्त)

उडू पाहे पाखरू

विंटर सुरू झालाय. केशरी, लाल, पिवळ्या दिमाखदार रंगांचे पर्णवैभव लेऊन सजलेली झाडं आता निष्पर्ण झाली आहेत. सृजनातच केवळ सौंदर्य असतं असं नाही, तर रिक्त होत जातानादेखील सृष्टी सौंदर्याची उधळण करत असते याचं हा पर्णोत्सव म्हणजे जिवंत प्रतीकच! पण आता उरलेत केवळ खराटे आणि इथेतिथे साचून राहिलेला बर्फ. आज सकाळपासून कुंद, ढगाळ वातावरण आहे. त्यामुळे मनावरही उदासीचं सावट आलं आहे.

आता कुठे संध्याकाळचे चार वाजताहेत; पण शिकागोच्या या शांत उपनगरात आत्ताच अंधारून आलंय. सेंट्रल हिटिंगने गरम केलेल्या घरात हातात वाफाळलेल्या चहाचा कप घेऊन, उबदार, सनी वसंतऋतूची प्रतीक्षा करताना स्मरताहेत त्या कोकणातल्या रम्य, प्रसन्न संध्याकाळी! अलका नदीच्या काठावरचं ते कर्णेश्वराचं भव्य, प्राचीन शिवालय, नदीनं घेतलेलं ते बाकदार वळण. एखाद-दुसऱ्या भाविकाने केलेला घंटानाद थव्याथव्यांनी घरट्याकडे परतणारे विहंगगण... आणि आपलं घर? माडापोफळीच्या हिरव्यागर्द मायेत विसावलेलं टुमदार, कौलारू घरकुल. अंगणात सदाफुली, मोगरा, पारिजात आणि मुक्तहस्ताने गंधाची उधळण करणारा जुईचा मांडव...

माहेरच्या त्या अलवार सयींनी

मनावर खिन्नतेचा तवंग चढला. कुठे येऊन पडलो आपण. सातासमुद्रापलीकडे... पार दूर. निसर्गाचा, आजूबाजूच्या वातावरणाचा किती परिणाम होतो नाही मानवी मनावर! या उदास संध्यासमयी हे एकटेपण धावून येतंय अंगावर.

नाही म्हणायला सुमंत बसलाय बारमध्ये त्याच्या. हातात मद्याचा प्याला, कितवा कोण जाणे; पण आजकाल त्याचं सुरापान अन् धूम्रपान वाढत चाललंय. तो त्याच्या विश्वात. मी माझ्या. एका घरात राहून दोन ध्रुवांवरचे रहिवासी असावेत तसं आमचं झालंय.

काळजी वाटते ती म्हणूनच. निर्व्यसनी, सुशील, प्रेमळ सुमंत इतका कसा बदलला? व्यसनाच्या आहारी जाऊन प्रिय पत्नीच्या अंगावर हात टाकण्याइतपत अधोगती व्हावी त्याची?

मागच्याच आठवड्यातली गोष्ट. नाना-आईंना घ्यायला एअरपोर्टवर जायचं होतं मला; पण ऐनवेळी लिंडाचा क्लिनिकमधून फोन आला. इमर्जन्सी केस आली म्हणून मला जावं लागलं. जाण्यापूर्वी अर्थातच विनीतला रिक्वेस्ट करून एअरपोर्टवर गाडी घेऊन जा म्हणून फोन करायला विसरले नाही. सुमंत टूरवर गेलेला आणि संध्याकाळी उशिरा परत येणार होता. कर्मधर्मसंयोगाने विनीतच्या पाठोपाठच तोही आला आणि मीही जरा लवकरच परतले. मी रिसीव्ह करायला गेले नाही सासू-सासऱ्यांना तर केवढा राग आला होता. विनीतच्या देखत पाणउतारा केला माझा. वाटेल तसा बोलला... शेवटी आईंनीच पुढे होऊन शांत केलं त्याला.

दुसरा असाच प्रसंग. आमटीत चुकून मीठ घालायला विसरले तेव्हाचा. जेवता जेवता टेबलावरची उंची फुलदाणी फेकून मारली मला. थोडक्यात डोळा वाचला; पण गालावर चांगली रक्ताची धार उमटली.

त्याच्यासमोर यायची पण हल्ली भीती वाटते. केव्हा काय बिनसेल अन् स्वारी बिथरेल भरवसा नाही. संवाद संपलेतच दोघांमधले... आत्ताशा वाद-विवादही होत नाहीत; कारण मी फक्त ऐकण्याचं काम करते. विचित्र, घुसमटवणारी शांतता असते घरात.

एरवी दोघंच होतो या बंगल्यात; पण कधीच असं एकाकी नाही वाटलं. वीकएन्ड्सना प्रणव यायचा पूर्वी. आता तो हार्वर्डमध्ये M.B.A. करतोय. इतका बिझी असतो. क्वचितच येतो चार-सहा महिन्यांनी.

पाखरू मोठं झालं की उडून जाणारच. इथल्या प्रथेनुसार सतरा-अठराव्या वर्षीच तो स्वतंत्र राहू लागला. म्हणतात नं Behave like a Roman when you are in Rome!

नाहीतरी मी कुठे मोकळी असते फारशी. शिकागोच्या एका उपनगरात juvenile delinguents म्हणजे रस्ता चुकलेल्या युवकांसाठी मार्गदर्शन केंद्र आहे. त्या मेंटल हेल्थ सेंटरमध्ये प्रमुख counsellor म्हणून काम करते. मनाचं रसायन बाकी अजब आहे. केमिस्ट्रीच्या अगदी अद्ययावत प्रयोगशाळेतही ते बनवता आलं नाहीए आजपर्यंत. तर सांगत काय होते, अशा वाट चुकलेल्या तरुणांना मी योग्य ती दिशा दाखवते. मग त्यात सगळं आलं. अल्कोहोलिक्स, ड्रग ॲडिक्ट्स, क्रिमिनल्स.... सगळे. शाळकरी... अगदी अकरा-बारा वर्षांच्या मुलांपासून इथे भरती होतात. मला आठवतं, जोसेफ नावाच्या बारा वर्षांच्या कोवळ्या पोराने आपल्या चार्ल्स नावाच्या मित्राचा गोळी झाडून खून केला; कारण काय, तर चार्ल्स आणि जोसेफची मैत्रीण बराच वेळ आपापसात गप्पा मारीत होते. हसणंखिदळणं चालू होतं आणि तेही जोसेफला डावलून! झालं, दुसऱ्याच दिवशी चार्ल्सला त्याच्या वागण्यासाठी देहान्त प्रायश्चित्त मिळालं.

हे सारं पाहिलं की हजार वेळा वाटतं Let me down the shutter, असंच म्हणायला हवं नाही का? जोपर्यंत या 'अमेरिकन कल्चर'मधून अनिर्बंध स्वातंत्र्यवाद, चंगळवाद या रोगराईचं निर्मूलन होत नाही तोपर्यंत ही सगळी वरवरची मलमपट्टी आहे. कुठलीही नीतिमूल्यं, आदर्श या तरुण पिढीपुढे नाहीत. Enjoy is the Mantra here आणि त्याच्या आड कुणी आलं की त्याला खतम करायचं, हाही संस्कृतीचाच भाग.

गेली वीस वर्षं या केंद्राची मी प्रमुख आहे. आमच्या सर्कलमध्ये माझ्या नावाला प्रतिष्ठा आहे. अधूनमधून कॉन्फरन्स, सेमिनार्समध्ये माझे पेपर्स वाचते. गुणी, हुशार मुलगा, समंजस, प्रेमळ पती, पैसा... आत्तापर्यंत सुखी संसार होता माझा.

कोकणातील एका खेड्यात बालपण गेलेल्या एका मध्यमवर्गीय मुलीची याहून काय अपेक्षा असणारे?

सावर रे सावर रे

उंच उंच झुला ।
सुख मला भिवविते
सांगू कसे तुला ॥

अन् अचानक हे वादळ दारातून घुसलं. उलथापालथ करून गेलं. भाग्याला दृष्ट लागली. कसं झालं नि काय झालं...

स्पष्ट आठवतीये संध्याकाळ ती. सुमंत ऑफिसमधून आला तोच मुळी खवळलेला, संतापलेला. सोफ्यावर बसला. लाथेनं बूट भिरकावून दिले. बॅग फेकून दिली कोपऱ्यात. मी "चहा घेतोस का कपभर?" विचारायला गेले तर "Please leave me alone for God's sake" असं वसकन ओरडून चालता झाला त्याच्या study roomमध्ये.

मी समजायचं ते समजले. माहीत होतं आज त्याच्या जीवनातला सर्वोच्च आनंदाचा क्षण येऊ घातला होता... पण तो आलाच नाही. नंतर कळलं, ऐनवेळी जॉनचा भाचा पीटर याची CEO म्हणून नियुक्ती झाली होती; कारण एकच, सुमंत भारतीय आहे म्हणून तो डिसक्वालिफाय झाला.

गेली तीस वर्षं तो या फर्मसाठी राबला, कष्ट करून त्याने ही फर्म नावारूपाला आणली. आज जगात ती बाराव्या स्थानावर आहे आणि आज त्याची पात्रता असताना हे मानाचं पान त्याला नाकारलं गेलं; कारण तो गोरा नाही म्हणून.

या free and bold people's countryमध्ये वंशवाद, वर्णद्वेष कायद्याने मिटला असला तरी मुळं धरून आहे, हे अशा प्रसंगातून जाणवत राहतं. या मुक्त समाजातले हे undercurrents सहजासहजी न दिसणारे; पण रक्तबंबाळ करणारे. या वर्णद्वेषाची धग आशियाई लोकांना, विशेषत: भारतीयांना चांगलीच जाणवते. परदेशी माणूस अधिक हळवा बनतो. पंखात बळ आहे, दुर्दम्य उत्साह आहे, अथांग गगन साद घालतंय; पण पक्षी?... तो विद्ध नजरेने बघतोय; कारण त्याच्या पायात वंशवादाच्या सूक्ष्म बेड्या आहेत. काचेतून पल्याडचं आभाळ दिसतंय; पण तो झेप घेऊ शकत नाही. सुमंतचं असंच काहीसं झालंय. या प्रकाराला टिपिकल अमेरिकन भाषेत glass ceilling effect असं गोंडस नाव आहे.

परिणामत: CEOचं सर्वोच्च पद नाकारलं गेलेला, फ्रस्ट्रेट झालेला,

तो पुरुष आक्रमक, हिंस्त्र बनतो. एव्हाना मुलं स्वतंत्र झालेली असतात. बायको तिचं करिअर, घर प्रपंच या सगळ्या कसरतीत गर्क असते. आर्थिकदृष्ट्या तीही स्वावलंबी असल्याने कुणीच त्याच्यावर अवलंबून नसतं. आपल्यावर कुणी निर्भर नाही, आपली कुणाला जरूर नाही हे नव्याने समजताच तो फंडामेंटालिस्ट (मूलतत्त्ववादी) बनतो. मग बायको तावडीत सापडली की verbal abuse, कधी कधी तर मारहाणसुद्धा सुरू होते आणि अशा स्त्रियांना दिलासा द्यायला, आधार द्यायला काही सोशल इन्स्टिट्यूट्स (सामाजिक संस्था) पुढे आल्या आहेत. त्या दुःखी स्त्रीला घटस्फोट द्यायला त्या तत्परतेने (!) मदतीचा हात देऊ करतात. दोन-चार वेळा मला मिळालेला प्रसाद पाहून माझी जिवलग मैत्रीण कॅरोल मला तेच म्हणाली, "Why don't you sue him!"

अगं बाई, तीसेक वर्षं झाली आमच्या विवाहाला. अडीच तपांचा हा सहप्रवास असा सोडून द्यायचा...? तोसुद्धा जेव्हा सुमंतला माझी सर्वांत जास्त जरूर आहे अशा वेळी...

हे धागे इतके कच्चे नाहीत गं बाई. शेजारच्या सानेकाकूंच्या भावाचा हा मुलगा, सुट्टीत कोकणात येतो काय, मला पाहतो काय अन् बाबांकडे मागणी घालतो काय... सारंच स्वप्नवत वाटतंय. अमेरिकेच्या या भुलभुलैयात बावरलेल्या या वेड्या विशाखाला सांभाळून घेतलं, इथले रीतिरिवाज शिकवले. तिच्या कर्तृत्वाला बहर आला असताना वेळोवेळी कौतुक केलं, सक्रिय उत्तेजन दिलं.... दुधात साखर मिसळून जावी तसं आपलं दोघांचं जीवन एकरूप झालं.

पण मला त्याची ही तडफड, हे अगतिक होऊन स्वतःला कोंडून घेणं बघवत नाही. त्याला खड्यासारखं वगळलं जावं, हा झालेला अपमान त्याला जखमी करून गेलाय अन् माझ्या प्रपंचसुखाला ग्रहण लागलंय. काय करू मी? कसा मिळेल मला माझा हरवलेला सुमंत? विचारात किती वेळ गढून गेले होते कुणास ठाऊक...भानावर आले ते फोनच्या घंटीने. निनाद-माझा पुतण्या बोलत होता पलीकडून. उद्या येतोय म्हणाला अन् ठेवून दिला. जरा विसंगतच वाटलं त्याच्या स्वभावाशी!

निनाद आला तो रडायलाच लागला आल्या आल्या. बाबापुता करून शांत केला एकदाचा तेव्हा सांगितलं त्याने, सिलिकॉन व्हॅलीमधून

त्याला कमी करण्यात आलं होतं... दोन वर्षांपूर्वी millenium bugच्या काळात नोकऱ्यांचं पेव फुटलं होतं तेव्हा केवढ्या उमेदीनं आला होता तो softwareमध्ये करिअर करायला आणि अचानक बडतर्फीचं सत्र सुरू झालं होतं. त्याच्यासह पंचवीस सहकाऱ्यांना कंपनीने नारळ दिला होता. नेहमीचा bubbly बडबड्या निनाद लुप्त झाला होता. डोळ्यांतली स्वप्नं विझलेली. भविष्यात अंधार. भारतात परत गेल्यावर काय वाढून ठेवलंय माहीत नाही... परत जाण्यापूर्वी आमचा निरोप घ्यायला आलेला निनाद उन्मळून पडला होता. कसं सांत्वन करणार होतो आम्ही त्याचं? पण काहीतरी बोलणं क्रमप्राप्त होतं.

त्याची समजूत घालता घालता चेहऱ्यासमोर आरसा धरावा आणि स्वतःचं प्रतिबिंब पाहावं तसं झालं सुमंतचं. त्याला साक्षात्कार झाला.

खरंच, केवढा अन्याय केला आपण आपल्या पत्नीवर? या देशात पत्नी पतीला सात जन्म राहू दे - एक जन्म तरी साथ देईल की नाही हे सांगता येत नाही. अतिक्षुल्लक कारणांवरून पत्नी घटस्फोट घेऊ शकते; पण विशाखा मूकपणे सारं सोसत राहिली. नवऱ्याने मारहाण केली या ग्राउंडवर तिला त्वरित मुक्ती मिळाली असती; पण तिनं तसं केलं नाही. का? कारण माझ्यावर तिचं खरंखुरं प्रेम आहे.

इथे येऊन Average अमेरिकनपेक्षा कितीतरी उच्च दर्जाचं जीवनमान मिळालं. त्यासाठी विकासाच्या तशा संधी मिळाल्या. त्याचं आपण सोनं केलं. लौकिकार्थाने आपण सुखी आहोत. समंजस, प्रेमळ सहचरी, कर्तृत्ववान मुलगा, आलिशान बंगला, दोन गाड्या, बँक बॅलन्स. मग नाही CEO ची cream post मिळाली तर आपल्या आणि विशाखाच्या जीवनाचं वैराण वाळवंट करायचा अधिकार कोणी दिला आपल्याला?

निनादसारखं एक-दोन वर्षांत गाशा गुंडाळून जावं तर नाही लागलं आपल्याला किंवा रातोरात युगांडासारखं देशाबाहेर अवमानित होऊन जावं नाही लागलं. बऱ्यापैकी सिक्युरिटी असलेला जॉब आहे आपला. हो, अजूनही आहे. मनोरमाकाकू नेहमी म्हणायची, "सुखी माणसाचा सदराबिदरा असा काही नसतो रे बाबा. Haves नी Have nots कडे बघावं अन् आनंदात राहावं."

आज पटतंय ते. निनादचं येणं आपल्या डोळ्यांत झणझणीत अंजन घालून गेलं.

'Good Morning' चिरपरिचित हाकेने विशाखाला जाग आली. मस्त, कडक कॉफीचा मग घेऊन समोर सुमंत उभा होता. तोच सुमंत तिच्यासाठी सकाळी कॉफी बनवणारा, तिच्यावर प्रेम करणारा. तिने स्वत:ला चिमटा काढून बघितलं. हे स्वप्न तर नव्हे? "नाही डिअर, मी तुझा पूर्वीचाच सुमंत आहे. क्षमा करशील नं मला?" त्याने मौनातून विचारलं. विशाखाच्या मनोव्यापारशास्त्राला जे जमलं नव्हतं ते निनादच्या आगमनाने अनायासे साध्य झालं होतं. वाईटातून चांगलं घडतं ते असं.

विशाखाने उठून पडदे सारले. खिडकीतून बाहेर पाहिलं, कोवळी उन्हं अंगणात उतरली होती. मेपल ट्रीला पालवी फुटू लागली होती. वसंताचं आगमन झालं होतं. वादळवाऱ्यातून तिचं घरटं सावरलं होतं अन् जीवनात नव्याने वसंतबहार आली होती.

◆

(विपुलश्री, सप्टेंबर २००३)

प्रतिबिंब

'**ज**यपूरसे निकली गाडी दिल्ली चले हौले हौले' अशा रमतगमत जाणाऱ्या गाडीत कधी बसायचा योगच आला नाही; पण त्या रम्य जयपूर नगरीत नवऱ्याच्या बदलीमुळे आणि सरकारच्या कृपेमुळे तीन वर्षांचं वास्तव्य करायची संधी आली म्हणून गौरी एखाद्या अल्लड बालिकेसारखी आनंदून गेली!

'पिंक सिटी' म्हणून प्रसिद्ध असलेले जयपूर, तेथील जलाशयात स्थित असा देखणा राजवाडा, त्या वालुकामय प्रदेशात कालव्यांच्या पाण्याने आणलेली समृद्धी, शास्त्रीय संगीतातील विख्यात जयपूर घराणे, केवळ परदेशस्थित भारतीय आणि विदेशी पर्यटकांसाठी सेवेसी सज्ज असा तो देखणा, धावता महाल जणू Palace on Wheels.

जयपूरची अशी अनेक वैशिष्ट्ये गौरीच्या मनात चांगलीच ठसली होती. स्वित्झर्लंडपर्यंत भ्रमंती केलेल्या गौरीवर या नगरीने काय जादू घातली होती कुणास ठाऊक!

जगदीश कलेक्टर असल्याने बंगला, गाडी, ड्रायव्हर व सुरक्षा पथक हा परिवार दिमतीला होताच. आता फक्त मोलकरीण मिळाली की झालं! समशेरने दुसऱ्याच दिवशी त्याच्या धाकट्या बहिणीला, 'महुआ' तिचं नाव... पुढ्यात आणून उभी केली.

महुआ- मोहाचं फूल. नावासारखीच मोहक. रसरशीत कांती, लाल गौर

वर्ण, बदामी लांबट डोळे, विपुल केशसंभार.

गौरीलाही क्षणभर असूया वाटली त्या सौंदर्याची. नंतर कळलं की ती उत्तरांचल प्रदेशातल्या कसौनीमधून आली होती... तरीच इतका लाल गौर वर्ण. गौरीच्या तोंडून सहजोद्गार निघाले, "कितनी खुबसूरत है तुम्हारी बहन।" त्यावर 'जाईये नं दीदी'... लाजून हातभर घुंघट घेतला तिनं. त्या क्षणापासून गौरी जशी तिची मोठी बहीणच झाली.

खूप गप्पिष्ट, बोलघेवडी; पण स्वतःच्या मर्यादा ओळखणारी, कामसू, स्वच्छ अन् प्रामाणिकही. बोलता बोलता गौरीला हेही कळलं की मागल्या वर्षी तिचा मुलगा न्युमोनिया होऊन वारला. अवघा दोन वर्षांचा होता तो... आणि सासूचा फार जीव होता त्याच्यावर. बिरजू, तिचे 'वो' टॅक्सी ड्रायव्हर आहेत. दिल्लीहून जमेल तसे वर्ष-सहा महिन्यांनी भेटायला येतात.

बघता बघता वर्षभराचा काळ लोटला. जयपूरमध्ये गौरी चांगली रुळली होती. निषाद ऋषी व्हॅलीमध्ये नववीत शिकत होता. इथे दोघंच दोघं. त्यामुळे फारसं कामही नसायचं. मग सोशल वर्क, प्रमुख पाहुणी म्हणून समारंभांना जाणं... यातलं काहीच नसेल तर भरतकाम करत बसणं, पुस्तकं वाचणं इ. इ.

त्या दिवशी व्हरांड्यात अशीच पुस्तकं वाचत बसली असता महुआ आली, "दीदी, आपका वो खट्टा आचार दोगी थोडासा? बहुत जी हो रहा है खट्टी चिजें खाने का!"

गौरी समजली. महुआला पुन्हा दिवस गेले होते. तिच्या डोळ्यांतल्या लाजऱ्या भावनांनी तिचं गुपित सांगितलं होतं.

यावेळी सासूला पुन्हा मुलगाच व्हायला हवा होता तिच्या पोटी. बिरजू ओटीत पडेल ते दान स्वीकारायला तयार होता; पण सासू मात्र नातवाचाच घोष करत बसली होती.

त्यामुळे असेल कदाचित, महुआचा आनंद, उत्साह जणू मावळला होता. ती अबोल झाली होती. मधूनच चिंतेने, एखाद्या भीतीने तिची चर्या झाकोळून जायची. काम करताना आपल्या मधुर स्वरात पहाडी गीतं गाणंही बंद झालं होतं.

गौरीला जाणवलं, महुआ सुकत चाललीये. आतल्या आत घुसमटतीये... त्या दिवशी ती अगदी खनपटीलाच बसली, "दीदी कहती हो नं मुझे?

फिर बताती क्यों नही अपनी बडी बहनको? क्या हुआ है? कुछ तकलीफ है घरमें?'' तेव्हा अस्फुट स्वरात उत्तरली, ''दीदी,क्या बताऊँ? मुझे होनेवाला बच्चा... अगर लडकी हुई तो...'' ''अरे बेटी धन की पेटी होती है!'' ''आप नही जानती वो तो इसे मार डालेगी जरुर!'' इतकं बोलून आपले अश्रू लपवीत ती झटकन् निघून गेली तिथून.

श्रावण काय, आषाढ काय राजस्थानमध्ये पाऊस पडायचा तितकाच पडतो; पण श्रावण महिन्यात जन्मली म्हणून महुआ आपल्या मुलीला 'सावनी' हाक मारू लागली.

बारसं वगैरे काही प्रकार नाहीच झाला. सासू भयंकर नाराज होती... त्यामुळे महुआ थोडीशी खट्टू झाली; पण त्याची भरपाई करण्याचं गौरीनं मनोमन ठरवलंच होतं.

त्यामुळे पहिल्यांदा जेव्हा ती सावनीला घेऊन आली तेव्हा चांदीचे छुमछुम, थोड्या वाढत्या आकाराचे कंगन, स्वत: शिवून भरतकाम केलेली झबली, टोपडी असा बाळंतविडा आणि ओटीचं सामान तिनं तयारच ठेवलं होतं.

पण सुरेख कंगन आणि पायल घ्यायला काही महुआचे हात पुढे होईनात... ''क्यूँ महुआ?क्या बात है?'' विचारलं तर श्रावणसरी ओघळल्या. ''दीदी, पता नही कितनी उम्र लिखी है इसके भाग में?''

''चूप, एकदम चूप. ऐसी अशुभ बाते क्यों करती हो? देवी माँ पर इतना भी विश्वास नही तुम्हारा?'' गौरी खवळून उठली म्हटल्यावर महुआ गांगरलीच. तिच्या मांडीवरून सावनीला उचलून घेत गौरी पुटपुटली, ''कोई इसका बाल भी बाका नही कर सकता.. मै जो हूँ?''

त्या नक्षत्रासारख्या राजस बाळीचं प्रेमानं अवघ्राण करताना गौरीने आई जगदंबेची प्रार्थना केली, 'इडा पीडा टळो, अमंगळ पळो.'

महुआ त्या दिवसापासून कामावर येताना सावनीला घेऊन येई. जाताना तिला घेऊन जाई.

पण असं किती दिवस चालणार? ती काळरात्र कधीतरी उगवणारच होती. चार दिवस सावनीला ताप, सर्दी, खोकला...

समशेरने निरोप आणला तेव्हा गौरीने डॉक्टरांना बोलावून तिचं औषधपाणी केलं. (''आपसूक मरतीय तर मरू दे... कशाला दवा-पाणी करायचं?'' इति महुआची सासू.)

पण औषधाने ताप उतरला, खोकला मंदावला. चार रात्रींचं आलोचन जागरण, काळजी यांनी थकलेल्या महुआला डुलकी लागली. सावनी शेजारी शांत झोपली होती.

जाग आली ती सावनीच्या किंचाळून रडण्याने. सवयीने हात शेजारी गेला. सावनीचा स्पर्श नाही. जीव भयभया झाला. उठून परसदारी गेली.

तिथे अंधुक प्रकाशात दिसलं काय? बर्फाच्या लादीवर त्या अश्राप, कोवळ्या जीवाला झोपवलंय... मरणाच्या त्या थंडगार स्पर्शाने गाढ झोपलेली सावनी किंचाळून रडू लागली. थरकाप झाला महुआचा ते दृश्य पाहून. सासूच्या शेजारी फुलवा... महुआची मावस नणंद. गल्लीतच चार घरं सोडून राहत होती ती. मदतीला उभी!

एकच क्षण... जीवन-मृत्यूच्या सीमारेषेवरला तो एकच क्षण बधिर झालेल्या महुआच्या मेंदूला सचेतन करून गेला आणि दुसऱ्याच क्षणी कोपऱ्यात पडलेल्या फुटक्या बांबूनं आपलं काम साधलं. सासू खलास!

फुलवा आरडाओरड करत पळून गेली... सासूच्या हातून सुटलेली सावनी नशिबाने मागच्या झुडपात फेकली गेली होती... त्यामुळे किरकोळ जखमांवर निभावलं.

सावनीला ताबडतोब हॉस्पिटलात नेलं म्हणून ती वाचली खरी; पण आता तिचं संगोपन कोण करणार? आई तुरुंगात चालली, वडील दिल्लीच्या एका बदनाम मोहल्ल्यात चार जणांबरोबर एका खोलीत राहणार... तिच्याकडे कसं कोण बघणार? समशेर... सावनीचा मामा, कजाग बायकोच्या धाकापायी त्याचेही ओठ शिवलेले.

अशावेळी कुठल्या तरी आंतरिक उर्मीने गौरी पुढे आली. तिचं तिलाच कळलं नाही. "रो मत महुआ, मैं इसे गोद लूंगी! इसकी परवरीश करुंगी। तुमच्या दोघांच्या डोळ्यांतली स्वप्नं मी पुरी करीन."

"दीदी आप तो साक्षात देवी माँ का रूप है।" म्हणत दोघांनी गौरीचे पाय अश्रूंनी धुऊन काढले.

गौरीने सावनीला रीतसर दत्तक घेतलं. याही गोष्टीला आता वीस वर्षं झाली. पुलाखालून बरंच पाणी वाहून गेलंय. सावनी नुकतीच एलएल.बी. झाली आहे. जगदीश-गौरी एव्हाना दिल्लीमध्येच स्थायिक झालेत. सावनीचं रूपांतर एका तरुण, सुंदर युवतीमध्ये झालंय.

आणि तिला नारी समता मंचाचं काम करताना खूप आनंद होतोय... विशेषतः महुआची चित्तरकथा ऐकल्यावर... महुआच्या चांगल्या वर्तणुकीमुळे तिची शिक्षा कमी झाली आणि तिला घेऊन बिरजू आपल्या लेकीला भेटायला घेऊन येतोय पुढच्याच आठवड्यात. त्यानेही आता गावाकडे छोटंसं घर बांधलंय, टॅक्सी घेतलीये... मालक बनलाय.

गौरीच्या मन:चक्षूंसमोर हा गतकाळचा चित्रपट उलगडत असताना तिच्या मनात येत होतं, आपल्याला मुलीची दांडगी हौस असूनही दुसरं मूल होण्याची शक्यता नसल्यामुळे एकट्या निषादवर आपल्याला समाधान मानावं लागलं आणि अचानक आयुष्याच्या वळणावर सावनी आपल्या आयुष्यात आली. आपली झोळी तर पूर्ण भरलीच; पण निषादलाही जीव लावणारी बहीण मिळाली. हे कसले ऋणानुबंध, कुठल्या जन्मीचे!

पण त्याहीपेक्षा, आपण हे जे केलं ते केवळ माणुसकीपोटी, मुलीची हौस होती म्हणून; की अन्य काही कारणाने?

होय... आपण कितीही नाकारलं तरी हे सत्यच आहे. गौरी मनोदर्पणात आपलं रूप न्याहाळू लागली. सावनी हे आपलं प्रतिबिंब आहे.

सुखी, सधन मध्यमवर्गात जन्म घेऊनही आपण वडिलांना नकोशा होतो. मुलगी झाली तर तिला उकिरड्यावर फेकून देईन, असे शब्द वापरले होते त्यांनी.

कदाचित तेवढं धैर्य नसेल झालं; पण तिरस्कार, उपेक्षेची ती धग आयुष्यभर आपल्याला जाळत राहिली. कर्तव्य म्हणून आपण वाढलो. प्रेमाचा ओलावा सगळा भावांकडे गेला.

जेमतेम लग्न करून दिलं. एकदाची टळू दे ब्याद म्हणून. लग्नानंतर नाव टाकल्यासारखं माहेरपणाला बोलावणं नाही की सणवार नाहीत... बाळंतपणाचासुद्धा खर्च केला नाही, नाही नातवाला एक रुपया दिला. मृत्युपत्रात एक कपर्दिक नाही ठेवली मुलीच्या नावे.

वडिलांच्या पश्चात तोच वारसा त्यांचे पुत्र आणि सूनबाई चालवताहेत.

बहीण जेवायच्या वेळी घरी आली तर आईसुद्धा जेवायला थांब, असे अधिकाराने म्हणत नाही किंवा सुनेला याविषयी टोकत नाही. आणि तेसुद्धा हातात पैसा खुळखुळत असून. आलीस ये... चाललीस

जा... इतकं कमालीचं त्रयस्थ, अलिप्त वागणं...

आताआतापर्यंत हे सगळं असंच चालत आलंय. जी ओढ आईविषयी आपल्याला आहे त्याच्या एक दशांशसुद्धा माया तिच्यापाशी शिल्लक नाही.

अन्यायच नाही का हे सगळे विविध रूपांत सामोरे आलेले? गळा दाबला असता तर एकदाच मेलो असतो... हे रोजचंच... हं... गौरीने दीर्घ सुस्कारा सोडला. सावनीचं हे कुणालातरी नावडं, नकोसं होणं आपल्या काळजापर्यंत झिरपलं. समदुःखी म्हणून मला जे मिळालं नाही ते तिला मिळवून द्यायचं, या उमाळ्याने आपण तिला पदरात घेतली. सावनी हे आपलं प्रतिबिंब होतं.

आज हे सारं आठवलं लक्ष्मीच्या मुलीच्या, नीनाच्या करुण अंताने. सोनोग्राफीत तिसरी मुलगीच आहे हे दिसलं... नवरा, सासू... सगळ्यांना ती जन्माआधीच नकोशी झाली... तिला जन्मच नाकारला गेला आणि या स्त्रीभ्रूणहत्येच्या 'पवित्र' कार्यात बळी गेला तो नीनाचा... खूप ब्लिडिंग झालं आणि अजन्मा लेकीबरोबर तिनेही स्वर्गाची वाट धरली.

लक्ष्मीला भेटायला गेले तेव्हा तिची अवस्था पाहवत नव्हती. "मुलं काय खंडीभर होतील. वाईट काय वाटून घ्यायचं त्यात? रिश्ता टिकला पाहिजे... लेकीला नवऱ्याने नांदवली पाहिजे..." असं म्हणून नीनाची समजूत घालणारी लक्ष्मी मला आठवत राहिली...

◆

(बायजा, जाने-फेब्रु. २००४)

जयंती माझी मावसबहीण. माझ्याहून चारच दिवसांनी मोठी. दोघींच्या आया पहिलटकरणी म्हणून एकाचवेळी आजीकडे आलेल्या. मी दसऱ्याची अन् जयंती ललिता पंचमीची. जन्माला आल्यापासून एकमेकींना पाहत होतो म्हणून असेल कदाचित. दोघींचं खूप सूत जमायचं. माझं तर इतकं अगदी धाकट्या जान्हवीशी नाही जमलं कधी. दोघी नवरात्रातल्या म्हणून आजी मात्र प्रचंड खूश होती. महालक्ष्मी, महासरस्वती आल्या होत्या नं तिच्या हातून सेवा घ्यायला.

जयंतीला शिक्षणात फारसा रस नव्हता; पण भरतकाम, कशिदाकारी आदी कलांमध्ये अगदी पारंगत होती ती. संगीत विशारद झाली होती. होम सायन्स घेऊन नुकतीच बी. ए. झाली होती. रेडिओवर गाण्याचे दोन-चार कार्यक्रमही झाले होते तिचे. अत्यंत पारदर्शी, नितळ स्वभाव. जीवन ही एक आनंदयात्रा आहे अशी भावना. प्रेमळ इतकी की साळुंक्या, चिमण्या तिच्या हातावरचे दाणे टिपायच्या. अशा लाघवी, गुणी जयंतीचं लग्न झालं तेही मागणी घालून. चैत्रगौरीसारखी नाजूक, सुंदर जयंती गुढीपाडव्याच्या मुहूर्तावर कोल्हापूरच्या देसाईंची सून झाली.

मी मात्र शिकतच राहिले. एम.बी.बी.एस. नंतर एम.डी. केलं,

मुखवटा

डी.जी.ओ. केलं अन् आई वैतागून 'आता पुरे शिक्षण. लग्नाचं बघा' म्हणायच्या आत डॉ. संजीवशी लग्न करून मोकळी झाले. मग जनरीतीप्रमाणे मी, माझं क्लिनिक, नवरा, मुलंबाळं यात गुरफटून गेले. मंगलकार्य किंवा प्रसंगाप्रसंगाने भेटी व्हायच्या तितक्याच. अशा गाठीभेटी झाल्या की बालपणीच्या रम्य स्मृती जागवायचो आम्ही; पण तेही तितकंच! समारंभ संपले की पुन्हा प्रपंचाचे वेध लागायचे. रिफ्रेश होऊन पुन्हा रूटीनमध्ये बुडून जायचो.

कोल्हापूरला जयंतीच्या सासऱ्यांचा प्रशस्त बंगला होता. पै-पाहुणे, आला- गेला, नोकरचाकर. प्रेमळ सासू-सासरे. कर्तबगार पती. एकंदरीत जयंती सुखात होती; मात्र लग्न होऊन पाच वर्षं उलटली तरी 'नव्या' पाहुण्याची चाहूल लागेना. धाकटा दीर एव्हाना चतुर्भुज होऊन सुषमाच्या... जावेच्या मांडीवर बाळ खेळत होतं. सासू अस्वस्थ होऊ लागली. दोघांच्या चाचण्या झाल्या. दोष जयंतीतच होता. पहिलं मिसकॅरेज झालं होतं आणि पुन्हा मूल होणं शक्य नव्हतं.

समंजस समीरचं प्रेम उणावलं नव्हतं; पण सासूबाईंची वागण्याची रीत बदलली. कौतुक मागे पडलं. श्रावणातला शुक्रवार जिवतीची पूजा. लेकुरवाळी सवाष्ण जेवायला येणार. जयंतीची रवानगी स्वयंपाकगृहाबाहेर. श्रावणसरी बरसून गेल्या नभातल्याही आणि नयनांतल्याही. गणपती आले. पाठोपाठ गौराईचं आगमन झालं. उद्या पितृपक्ष संपणार. घटस्थापना होणार. नवरात्रातली पहिली माळ. सासूची धांदल उडाली होती. यावेळेला ती स्वत: नऊ दिवस उपवास करणार होती. समीरचा वंश चालू राहावा यासाठी! जयंती अजूनच कानकोंडी झाली. तिला अन्नपाणी गोड लागेना. खाली मान घालून चोरटेपणे बिचारी घरात वावरत होती. नेमून दिलेली कामं करीत होती.

तिचं अबोल दु:ख मला मावशीकडून कळत होतं; पण वाईट वाटण्यापलीकडे मी काय करू शकणार होते? तिला भेटावंसं मात्र खूप वाटत होतं. अंतरी जणू ओढ लागली होती. अन् योगायोगाने चुलत दिराच्या साखरपुड्याला आम्हाला कोल्हापूरला जावं लागलं. दसऱ्याला साखरपुडा आणि दिवाळीत लग्न. तेव्हा जयंतीकडेच उतरले मी. अपेक्षेप्रमाणे मलूल दिसत होती. मला बघून मात्र कळी खुलली तिची. पोटभर गप्पा झाल्या. तिच्या सासूबाईंनीही मनापासून आदरातिथ्य

केलं. कदाचित अवचित सवाष्ण मिळाली नवरात्रात म्हणून असेल; पण आमची बडदास्त उत्तम ठेवली त्यांनी.

आज अष्टमी, नवरात्रातील सर्वांत शुभ तिथी. अंगणात मांडव घातला होता. महिषासुरमर्दिनीची मूर्ती सुप्रतिष्ठित झाली होती. नऊ दिवस आरत्या, अर्चना असायचंच; पण अष्टमीचं महत्त्व वेगळंच. रात्री घागर फुंकण्याचा कार्यक्रम होता. मांडव स्त्रियांनी भरून गेला होता. कुंकुमार्चन झालं. तालासुरात आरत्या सुरू झाल्या. दिव्यांची रोषणाई, तेवत्या समया, निरांजनाची लखलखती प्रकाश वलयं, धूप, उदबत्त्यांचा सुगंध, झांजांचा नाद, आरतीचे स्वर. सारं वातावरण कसं भारल्यासारखं झालं होतं. तद्रूप तदाकार.

आणि ती उठली. अचानक कुणाच्या ध्यानीमनी नसताना मध्ये येऊन गोल गोल घुमू लागली. शरीराचं रिंगण वेगाने फिरू लागलं. बायाबापड्यांनी कुंकवाने तिचा मळवट भरून टाकला. दोन्ही हातांनी तिने हळद, पिंजर उधळून दिले. दृष्टी एकाग्र देवीच्या चरणांवर. तिच्यात प्रत्यक्ष देवीचा संचार झाला होता. काही वेळाने धाडकन खाली कोसळली. देवीच्या पुढ्यात!

आयाबाया पटापट उठल्या. लेकरांना तिच्या पायावर घालू लागल्या. तिचा आशीर्वाद मागू लागल्या.

मी स्वत:ला चिमटा घेतला. हो, जयंतीच होती ती!

माझी प्रिय बहीण जयंती! अवाक होऊन समोरचं दृश्यं मी पाहत होते. नजर अभावितपणे तिच्या सासूकडे गेली. तिच्याही डोळ्यांत आश्चर्य उमटलं होतं स्पष्ट; पण लवकरच त्याची जागा आदर, भीती आणि श्रद्धेने घेतली. क्रमाक्रमाने. सुषमा तत्परतेने उठली. मुलाला तिच्या पायावर ठेवलं. क्षमायाचना केली. नाक घासलं. डोकं टेकवत राहिली. 'चुकले आई' म्हणत राहिली.

संदर्भ बदलले तसं नातंही बदललं. एका क्षणात सीन ट्रान्स्फर झाला. नाठाळ सासू शरण आली. भक्त देवीची याचना करतो तशी लीन-दीन होऊन तिच्यासमोर अधोमुख बसून राहिली.

भूमिका बदलल्या होत्या. मला तिथे घुसमटायला लागलं. मी जयंतीकडे नजर टाकली. छान हसली ती! मला का कुणास ठाऊक ते हसू नित्यासारखं निर्व्याज नाही वाटलं. त्यात 'जितं मया' हा अभिनिवेश

होता का? आपलं प्रपंचातलं स्थान अबाधित राहावं. स्व-प्रतिमा उजळून निघावी म्हणून जयंतीने धारण केलेला देवीचा मुखवटा! सगळं माझ्या आकलनापलीकडचं. मला तिथे बसवेना. मी आत जायला उठले. देवीला वंदन करताना तिच्या मुद्रेकडे लक्ष गेलं. ती अभय देणारी मुद्रा त्यावेळी मला फार फार करुण वाटली.

◆

(रोहिणी, सप्टेंबर २००५)

त्या दिवशी मालतीकाकूंचा फोन आला होता, मी 'उत्तरायण'मध्ये राहायला जातीये कायमची. तेव्हा मला वाईट वाटलंच; पण आश्चर्य मुळीच नाही वाटलं. हे कधी तरी होणारच होतं. अपेक्षितच होतं ते; पण त्याहून वाईट वाटलं अजून एका गोष्टीचं. आई तेव्हा नुकत्याच कॅनडाला सुहासकडे गेल्या होत्या, त्यामुळे शेवटची भेटही नाही होऊ शकली दोघींची.

मालतीकाकू आमच्या'सावली'तल्या सख्ख्या शेजारी. महानगरपालिकेच्या शाळेतून शिक्षिका म्हणून रीतसर निवृत्त झाल्या. मधूकाका त्यांच्या आधीच एक-दोन वर्षं निवृत झालेले आणि आश्चर्याची गोष्ट म्हणजे वेळ जावा म्हणून त्यांनी सुरू केलेली प्रॅक्टिस इतकी भरभराटीला आली की ३०-३२ वर्षांच्या नोकरीत मिळवली नसेल इतकी माया त्यांनी निवृत्तीनंतरच्या आठ-दहा वर्षांत गोळा केली. बीएमसीमध्ये मेडिकल ऑफिसर होते ते. एरवी काका-काकू दोघंही मोठे रसिक, दिलदार, हौशी आणि गप्पिष्ट. माणसं जमवून गप्पांचे फड टाकायचं जणू व्यसनच होतं दोघांना. प्रवासाची दांडगी हौस. भारत फिरून झाला, युरोपचं दर्शन झालं. शिवाय प्रासंगिक पिकनिक्स. वर्षासहली... मित्रमंडळींना गोळा करून छान आयुष्य एन्जॉय करीत होते दोघे जण.

स्त्रीमुक्ती

पण मध्यंतरी अपघात झाला. जिवावरचं पायावर निभावलं. काकूंना थोडासा मुका मार लागला. काकांना मात्र पायाला फ्रॅक्चर झालं. डोळा थोडक्यात वाचला; पण कपाळाला बरंच लागलं तेव्हा दोघांचा धीर खचला. डोंबिवलीला राहणारी विदुला, त्यांची लेक 'बस झालं. आता एकटे राहू नका' अशा विनवण्या करू लागली. सचिनने, चिरंजीवांनीही ठाण्याला त्याच्याकडे येऊन राहायचं फर्मान सोडलं. शेवटी उभयतांनी 'सावली' सोडून लेकाच्या घरी जायचं ठरविलं. शेवटच्या क्षणी तरी आपली मुलंबाळं आपल्यासोबत असावीत या भावनेने त्यांनी नाइलाजाने का होईना सचिनला हो म्हटलं. नाही तरी वृद्धपणी त्यांचाच आधार होता नं! पुन्हा आजकाल काय काय वाचायला, ऐकायला मिळतं. सकाळी पेपर उघडावा तर घरात घुसून वृद्धेची हत्या... भर दुपारी वृद्धाचा गळा चिरला... अशा बातम्या. मरायचं तर आहेच एक दिवस. आज आहोत दोघं एकमेकांना, उद्या मागे-पुढे झालो तर असं एकाकी, भयावह मरण वाट्याला येणार नाही याची काय शाश्वती? साठीनंतरची ही बोनस वर्षं सुखासमाधानात, शांतपणे जावीत इतपतच मागणं होतं. 'सावली'तलं घर बंद करून जाताना मनाचा निग्रह केला होता... अगदी अलिप्त राहायचं. मुलाच्या प्रपंचात नाक खुपसायचं नाही. अनाहूत सल्ले द्यायचे नाहीत. जमेल तितकी मदत करायची. तिथे नवा गडी, नवं राज्य असणार आहे. तेव्हा आपलं राज्य संपलं असं दोघांनी ठरवूनच टाकलं होतं इकडे येताना.

पण 'सावली'तलं ते दोनखणी घर सोडणं तितकंसं सोप नव्हतं. गेल्या २५-३० वर्षांचे ऋणानुबंध जुळले होते. गिरगावातल्या चाळीतलं बिऱ्हाड हलवून इथे आलो तेव्हा केवढा आनंद दाटला होता मनात स्वतःच्या स्वतंत्र ब्लॉकमधे आल्याचा. अभिमानही वाटला होता आपल्या या चिमुकल्या घराचा. आणि साधारण त्याच वर्षी आल्या होत्या कुलकर्णी, गुप्ते या शेजारणी. तीन दिशांनी आलेल्या या तिघी जणी लवकरच जिवाभावाच्या सख्या झाल्या होत्या. साऱ्यांची मुलंबाळं एकत्र वाढत होती. खेळत, बागडत होती. गुप्त्यांची सई सचिनचा हात धरून शाळेत जायची. घरी कढी-खिचडीचा बेत असला की विदुला धावत जाऊन सईताईला पंगतीला घेऊन यायची. आपपरभाव नव्हता कुठे. सामंजस्य, प्रेम, जिव्हाळ्याच्या रेशीमबंधांनी तिन्ही घरं जोडली होती.

आपल्या परावलंबित्वामुळे 'सावली'तून उठून लेकाकडे जाणाऱ्या मालतीकाकू पहिल्याच. तिघींचे डोळे भरून आले होते. काकूंचा पाय जड झाला होता. निरोप घेताना हुंदके आवरत नव्हते; पण जाणं अपरिहार्य होतं.

लेकाच्या घरी स्वागत तर छान झालं. आजोबा-आजी आता कायम आपल्याजवळ राहणार म्हणून छोटा सलिल आनंदला. आई-बाबांची आता काळजी नको, या जाणिवेने सचिन सुखावला. नीरजाने आलं घातलेला, गरमरगरम चहा दिला, काकांना आवडतो तसा. 'इथे उबदार मायेची सावली मिळाली' म्हणून मालतीकाकूंचा जीव थोडासा शांत झाला.

नोकरीत असताना मधूकाकांनी ठाण्याला श्रीरंग सोयायटीत मोठ ब्लॉक घेऊन ठेवला होता. सचिनच्या लग्नानंतर पुढची तरतूद असावी या हेतूनं. नीरजाने सजवलाही होता तो छान. मोजकंच पण देखणं फर्निचर. मार्बोनाईटची चकचकीत फरशी. उंची, देशोदेशीहून गोळा केलेले वैविध्यपूर्ण शो-पीसेस, गालिचे, झुंबरं, तलम पडदे, नातवाला स्वतंत्र स्टडीरूम आणि आता आजी- आजोबांसाठी सर्व सुखसोयींनी युक्त अशी स्वतंत्र बेडरूम. भिंतीच काय त्या बदलल्या नव्हत्या. बाकी घराचा संपूर्ण कायापालट झाला होता.

व्यवस्था तर चांगली ठेवली होती. वेळच्या वेळी औषधं, डॉक्टरांकडे ड्रेसिंगला घेऊन जाणं ही कामं सचिनच करीत होता. काकांच्या प्रकृतीत झपाट्याने सुधारणा होत होती. कपाळावरची जखम भरून आली होती. पायाचं प्लास्टर निघालं होतं. काठी घेऊन का होईना, ते हळूहळू चालू लागले होते. आयुष्य पूर्वपदावर येत होतं... पण खरंच का?

त्या दिवशी संध्याकाळी पाय मोकळे करायला दोघं खाली उतरले. बऱ्याच दिवसांनी असे बाहेर पडत होते. जवळच रामरायाचं मंदिर होतं तिथं जाऊन टेकले. शांत, प्रसन्न वाटत होतं. काकूंना येता येता कोपऱ्यावरच्या भाजीवालीकडे कोवळी, लुसलुशीत मेथी दिसली म्हणून न राहवून त्यांनी दोन जुड्या विकत घेतल्या. घरी आल्यावर हात-पाय धुऊन त्या निवडायला स्वयंपाकघरात आल्या. नीरजाने पटकन 'कशाला आणलीत मेथी? कालच तर पालकाची कढी केली होती नं. सारख्या सारख्या पालेभाज्या कशाला?' असं फटकारल्यावर, 'अगं, सचिनला

मेथीचे पराठे खूप आवडतात म्हणून.' काकूंनी आपली बाजू मांडायचा क्षीण प्रयत्न केला. 'नाही त्या बाबतीत लक्ष घालू नका. मला नाही आवडायचं ते. जेवायचं काम करा. बस्स!'

इतकं बोलून नीरजा मान उडवून तिथून निघून गेली. यावर काय बोलणार आता? खरं तर निवृत्तीनंतरची गेली सात-आठ वर्षं संध्याकाळी मंडईत जायचं, तिथल्या विविधरंगी ताज्या भाज्यांचे ढीग न्याहाळायचे. निवडून भाजी खरेदी करायची हा त्यांचा आवडता कार्यक्रम. त्या निमित्ताने चालणं व्हायचं. येता-जाता चारजणी भेटायच्या. एकमेकींची विचारपूस व्हायची. इकडल्या तिकडल्या बातम्या कळायच्या.

इथे अर्थात ओळखी दाट व्हायला अवसरच मिळाला नव्हता. रिटायर झाल्यानंतरसुद्धा त्या फारशा आल्याच नव्हत्या. सलिलचे वाढदिवस आणि तत्सम कार्यक्रम वगळता. आणि आता अपघातातून बरं होऊन स्थिरस्थावर होईपर्यंत दोन-चार महिने गेले होते. यापुढे हा नवा परिसर, नवी माणसं, नवा शेजार ओळखीचा करून घ्यायला हवा.

त्या वर्षीच्या प्रजासत्ताक दिनाच्या सोसायटीच्या गेट-टुगेदरला दोघं आवर्जून उपस्थित राहिले. रात्री सहभोजनाचा कार्यक्रम होता. काकू उत्साहाने गेल्या खऱ्या; पण पदरी निराशाच आली. कुणी फारसा प्रतिसाद दिलाच नाही. काही जणी नुसत्याच हसल्या, तर काहींनी चक्क माना फिरवल्या. काकू चांगल्याच खट्टू झाल्या.

मग सगळं उलगडत गेलं. सचिन-नीरजाचं सोसायटीतील जवळजवळ प्रत्येकाशी भांडण होतं. होळीच्या दिवशी त्याची गाडी रंगाने खराब झाली म्हणून सचिनने पोलिसांत फिर्याद केली होती तेव्हा तर सगळे मारायलाच निघाले होते त्याला. नीरजा-सचिनचं फटकून वागणं, कुणाशी कसलेच संबंध न ठेवणं, स्वतः कुणी तरी बडी असामी आहोत अशा समजुतीने तोऱ्यात राहणं... यामुळे साऱ्यांनीच त्यांना वाळीत टाकलं होतं. मालतीकाकूंच्या तर हे सगळं आकलनापलीकडचं होतं. मग काका त्यांची समजूत काढत.

बरं, घरातलं नीरजाचं वागणंही तसंच मर्यादा नसलेलं, बेजबाबदार. घरात माणसं पाच, नोकर पाच, म्हणजे एकास एक प्रमाण! 'अगं, मला नाही तरी काही उद्योग हवा नं? मी करीन स्वयंपाक.' त्यांनी बरं वाटू

लागल्यावर सुचवलं होतं. त्यावर 'तुमची टिपिकल मध्यमवर्गीय लाइफस्टाइल बदला आता. मिळतंय आयतं तर कशाला ती झगझग मागे लावून घेताय?' अशी प्रतिक्रियाही आली होती.

स्त्रीमुक्तीच्या नावाखाली टूर्सवर जायचं. १५-१५ दिवस घरातून गायब व्हायचं. मग लेकाची दहावीची परीक्षा असो की आणखी काही. आज इजिप्त, उद्या लंडन, परवा सिंगापूर. कसले पेपर्स वाचायची की नुसतीच सेमिनार्स अटेन्ड करायची देव जाणे. विचारलेलं आवडत नाही. येण्याजाण्याच्या वेळा, तारखा सांगायच्या नाहीत. नवरा लाखो रुपये कमावतोय अन् ही अशी ट्रिप्सवर उधळतीये. घरात असली की सतत वाचत बसायचं, नाही तर तासन्तास नुसतं लोळायचं. कधी स्वयंपाकाच्या काकू उशिरा आल्या तर पटकन स्वत: उठून शिरा, पोहे नाही करून देणार. सरळ 'हॉटेलला फोन करा आणि मागवून घ्या' असं उत्तर देणार.

बरं करिअर करतीये, स्वत: पन्नास हजार रुपये पगार मिळवतीये असंही काही नाही. भरपूर पैसे देऊन एखाद्या संघटनेची ट्रस्टी होणं फारसं कठीण नव्हतं. आठ-दहा दिवसांपूर्वीच सचिनचा चढलेला स्वर ऐकला होता. विचारायची हिंमत नाही झाली; पण त्या तुकड्या-तुकड्यांमधून इतकं कळलंच की महिलाश्रमातील त्या गरजू, परित्यक्ता स्त्रियांकडून भरतकाम, पेंटिंग केलेले अभ्रे, रुमाल, अन्य किरकोळ वस्तू करून घेणाऱ्या आणि तो माल निर्यात करणाऱ्या काही पदाधिकाऱ्यांनी पैशांचा अपहार केला होता आणि त्या गरीब अबलांना अत्यल्प मोबदला दिला होता. त्यात नीरजासुद्धा होती. सचिनने मग सगळी ताकद एकवटून हे प्रकरण फार बभ्रा होण्यापूर्वी मिटवलं होतं. म्हणजे स्त्रीमुक्ती वगैरे सगळा देखावाच म्हणायचा. काकूंच्या मनात आलं, खरी तळमळ नाहीच त्यात. मग आम्ही बऱ्या. कसली लेबलं न लावता, जाहिराती न करता जमेल तितका प्रामाणिक प्रयत्न केला अशा पीडित महिलांच्या उद्धाराचा. काकूंना आठवली मुक्ता. गिरगाव सोडून पार्ल्यात आलो तेव्हा ती कामं करायची. नवरा दारुडा, कमावलेला पैसा सगळा दारूवर उडवायचा अन् मग मुक्ताकडे हात पसरायचा. नाही म्हटलं की मारझोड. निमूट सोसत होती बिचारी. आपलं काम मिळाल्यावर आणखीन चार कामं वाढली तिची. मग तिला युक्ती सांगितली. नवी

दोन कामं मिळालीत हे बोलूच नकोस घरी. तो पगार गुपचूप बँकेत जमा कर. दिवाळीला जास्त मिळणारे पैसेही थोडे त्या खात्यात टाकत चल. मुक्ता अडाणी, मग तिची अक्षरांशी भेट घालून दिली, सही करायला शिकवलं, बँकेचे व्यवहार समजावून दिले. आज तिचा थोरला प्रवीण डिप्लोमा इंजिनिअर झालाय आणि एका खासगी कंपनीत ट्रेनी म्हणून रुजू झालाय. पार्ल्याहून इकडे आलो तेव्हा पायावर डोकं ठेवून किती वेळ रडली होती बिचारी. इथे ठाण्याला येईपर्यंत अशा कामवाल्या बायांच्या मुलींना दहावीतले इंग्रजी, गणित शिकवीत होतो. विनामोबदला.

ही अशी अर्ध्या चड्ड्या घालून, cleavage दाखवणारे मोठ्या गळ्याचे टॉप्स घालून, लो-वेस्ट जीन्स घालून कसल्या बंधनातून मुक्त होताय तुम्ही? कशाचं ताळतंत्र नाही. सासऱ्यासमोर खुशाल स्मोकिंग करणार, घरदार वाऱ्यावर सोडणार. स्त्रीमुक्तीत हे अभिप्रेत नाही नं? सलिल हल्ली घरकोंबडा बनलाय. खेळायला का जात नाहीस रे हल्ली, असं विचारलं तर म्हणतो मला नाही आवडत. मम्माला सगळी मुलं टोमणे मारतात. ती जायला लागली की शिट्ट्या मारतात. आचरट बोलतात. त्याचा गळा भरून आला मला सांगता सांगता.

काका-काकूंची फार घुसमट होत होती तिथे. दिवाळीत पणत्या लावायच्या नाहीत. (तेलाचे डाग पडतील नं!) इतकं अभद्र वाटलं त्यांना. पहिल्या वर्षी! पूजा करायला घरात देवच नाहीत, त्यामुळे समई, निरांजन, उदबत्ती हे काही नाही. दुरून लेकाची खुशाली घेणं वेगळं आणि त्याच्या घरात राहून हे सगळे क्लेशकारक अनुभव घेणं वेगळं. मनातली घुसमट मोकळी होणार ती एक लेकीकडे; पण तिचंही येणं हल्ली कमी झालं होतं. कशी येणार ती तरी? हे इतकं सुंदर देखणं चित्रासारखं घर. त्याचे रंग आपल्यामुळे विस्कटले तर? नकोच ते. तसेही घरात पाहुणे आले की ते कधी एकदाचे जातायत असं सुनेला व्हायचं. लेक कधी काळी यायची आईबाबांच्या ओढीने; पण मागच्या भेटीत तिनेही सांगून टाकलं होतं, ‘आई, बाबा, तुम्हाला हवं तेव्हा तुम्हीच माझ्याकडे येत चला. मी गाडी पाठवीन. हल्ली हृत्विकलासुद्धा माझं इकडे येणं आवडत नाही. मुलंही मोठी होताहेत. इथे बसू नकोस. त्याला हात लावू नकोस. सारखं सांगितलेलं त्यांनाही आवडत नाही. कळतंय त्यांना सगळं. आणि मस्ती मुलांनी नाही करायची तर कुणी

करायची, आई?'

मालतीकाकू यावर काय बोलणार? आपली लेक माहेरपणाला अंतरली याचं दु:ख शेवटपर्यंत त्यांना सलत राहणार होतं. मग गणपती, दिवाळी, मुलांचे वाढदिवस अशी निमित्तं करून तेच दोघं चार-आठ दिवस लेकीकडे राहून यायचे. आनंदाचं टॉनिक पिऊन यायचे.

इकडे परतून आलं की दोघांना 'सावली'तली गप्पाष्टकं स्मरायची. कोजागिरीची जागरणं आठवायची. इथे कामाव्यतिरिक्त संवाद नसत. इतकंच काय, घरातल्या कुणी मोलकरणीशी, स्वयंपाकिणीशी अघळपघळ, कामाव्यतिरिक्त बोलायचं नाही असा नीरजाचा दंडकच होता. 'त्या बायका अशाने शेफारून जातात. त्यांना त्यांच्या पायरीनेच वागवायला हवं!' असं ती म्हणे. बरं जे काही कामापुरतं बोलेल तेसुद्धा इतकं अपमानास्पद तऱ्हेने. चुटक्या वाजवत. गुलामांशी वागावं तशी फर्मानं सोडणार. तिच्या या अशा विचित्र वागण्याने एकदोघी जणी तर काम सोडून निघून गेल्या होत्या. लेकाच्या घरची ही रीत बघून त्या धास्तावल्या. डोळ्यांवर पट्टी ओढायची ठरवलं तरी मनात खदखदणारं कुठे तरी मोकळं होतच असे. लग्न-मुंजीनिमित्त पार्ल्यात येणं झालं, की काका-काकू आवर्जून सावलीतल्या पूर्वीच्या शेजाऱ्यांना भेटून जात. आमच्या आईंशी त्यांचा विशेष स्नेह. खूप हळव्या झाल्या होत्या त्या मागच्या वेळी. नेहमीचे उत्साही, बडबडे मधूकाकासुद्धा अबोल झाले होते. आतल्या आत मिटून गेले होते. एक दिवस रात्री झोपेतच त्यांनी जगाचा निरोप घेतला. काका गेले आणि मालतीकाकू कोसळल्या. उर्वरित आयुष्य या घरात काढणं शक्य नाही याची त्यांना लख्ख जाणीव झाली आणि तो निर्णय घेण्याची वेळ लवकरच आली.

काकांना जाऊन वर्ष झालं होतं. अनिलचा, भाच्याचा नवा मोठा ब्लॉक तयार झाला होता. आणि वास्तुशांतीला आपल्या या लाडक्या आत्याला मोठ्या आग्रहाचं आमंत्रण होतं. अगदी आठवडाभराचं. काकूंच्या मोठ्या भावाचा हा मुलगा. त्याची आई लहान असतानाच गेलेली आणि गोपाळची फिरतीची नोकरी, त्यामुळे शिक्षणासाठी काही वर्षं तो आत्याकडे राहिला होता. काकूंनी त्याला आईची माया दिली होती. त्यामुळे त्याचं निमंत्रण त्यांना डावलता आलं नाही. अनिलने

गाडी पाठवली होती; पण जायची-यायची दगदगच झालेली वयोमानाप्रमाणे. लिफ्ट बंद. त्यामुळे पाच मजले चढावे-उतरावे लागले.

दोन-तीन दिवस अनिल-प्रियाचा प्रेमळ पाहुणचार घेऊन काकू परत आल्या. पाय चांगलेच बोलू लागले होते. म्हणून दिवाणखान्यातच समोरचा टी-पॉय ओढून त्यांनी त्यावर पाय पसरले. इतक्यात नीरजा आलीच. हॉलमध्ये अस्ताव्यस्त बसलेल्या सासूबाई, तिथेच कोपऱ्यात शू-रॅकजवळ पडलेलं वाणसामान हे सारं पाहून तिचा तोलच गेला. "अहो, ते सामान जरा उचलून किचनमध्ये तरी ठेवायचं. शू-रॅकजवळ धान्याच्या पिशव्या? किती धूळ असते खाली. जरा तरी लक्ष द्यावं माणसानं म्हणते मी." "अगं, सलिलनेच घेतलं होतं ते सामान. मी नव्हते तेव्हा," काकूंचा दुबळा आवाज. "तेच तर म्हणते मी. या गोष्टी इतक्या मोठ्या बाईला सांगायला लागतात म्हणजे कमालच आहे." मालतीकाकूंना रडूच फुटलं. हॉटेलिंगचा प्रचंड शौक असलेली ही बया तिथलं किचन तपासायला जाते का? बाहेर मारे स्त्रीस्वातंत्र्याच्या घोषणा देऊन मोर्चे काढायचे अन् इथे घरात जितीजागती वृद्ध सासू तुझ्या कोठडीत बंदिवान आहे. तिची सुखदुःखं, तिची गरज कधी जाणून घेतलीस?

त्याच क्षणी काकूंचा 'उत्तरायण'चा निर्णय पक्का झाला. गणपती उत्सव आठवड्यावर आला होता. लेकीकडे जायचं होतंच. जाण्यापूर्वी आपले आर्थिक व्यवहार पुरे करून, कागदपत्रं घेऊन ठेवायला त्या विसरल्या नाहीत. लेकीलाही लगेच काही सांगितलं नाही. गणरायाचं आगमन झालं, पूजन झालं, विसर्जनही झालं. यापुढे सगळ्या पाशांतून मुक्त होऊन वानप्रस्थ स्वीकारायचा होता. लेक रडत होती. माझ्याकडे राहा म्हणून विनवीत होती; पण आता मायेत गुंतणं बस्स! निग्रहाने तिला नकार देऊन त्यांनी बॅग भरायला सुरुवात केली.

मग लेक, जावई इथे येऊन त्यांना सोडून परत गेले. तिथलं वातावरण बघून विदुला आश्वस्त झाली. सुरेखसा बगीचा, प्रसन्न देवालय, स्वच्छता, टापटीप, प्रेमळ स्टाफ, नियमित मेडिकल चेकप, उत्तम घरगुती जेवण. रूढार्थाने तो दीनवाणा वृद्धाश्रम नव्हताच. ज्येष्ठ नागरिकांची कॉलनी होती ती. आता वर्षातून एकदा विदुला त्यांना घरी घेऊन जाते. तिथे महिनाभर राहून त्या रिचार्ज होऊन येतात. आता तर

'उत्तरायण'मध्ये समवयस्क मैत्रिणीही झाल्या आहेत. मध्यंतरी आईही त्यांना भेटून आल्या. सुखात असाव्यात. मला मात्र आठवताहेत त्यांनी फोनवरून निरोप घेताना काढलेले उद्गार, 'उमा, स्त्रीला समाजाच्या जाचक, क्रूर बंधनांतून मुक्त करणं आणि पुरुषाइतक्याच समान विकासाच्या संधी देणं इतका स्त्रीमुक्तीचा अर्थ मलाही समजतो. बाकी सारं आयुष्यात भरभरून मिळालं; पण हे दान उलटंच पडलं गं. उलटंच पडलं!' खरंच, आज मालतीकाकू सुनेच्या जाचातून मुक्त झाल्या आहेत. तिथे त्या निर्भय होऊन, आनंदाने दिवस व्यतीत करताहेत... पुन्हा एकदा!

◆

(वसंत, ऑक्टोबर २००७)

"**सु**षमा, हे झाड कसलं आहे गं? केवढी मोठी फळं आलीयेत... ताडगोळ्यांसारखी दिसताहेत." गेली दोन तपं कॅनडात राहणाऱ्या शकूने, सुषमाच्या मैत्रिणीने प्रश्न केला. त्या क्षणाची वाटच पाहत होती, सुषमा जणू. तिची वाक्‌गंगा दुथडी भरून वाहू लागली.

"अगं कैलासपतीचा वृक्ष आहे हा. ते फूल बघतीयेस नं? शिवलिंगा-सारखा आकार असतो त्याचा. म्हणून कैलासपती म्हणतात बरं का त्याला! हो आणि इंग्लिशमध्ये 'कॅनन बॉल ट्री' असं भारदस्त नाव आहे त्याचं. ताडगोळ्यासारखी मोठी फळं येतात नं म्हणून!" "फुलांचा काय मंद सुगंध येतोय नं." शकू इंटरेस्ट घेऊन ऐकत्येय म्हटल्यावर सुषमाला अजूनच चेव चढला. "हो तर; पण मजा म्हणजे फूल जितके सुवासिक तेवढेच फळ मात्र दुर्गंधी असते. अगदी घाण वास येतो बाई खाली पडून फुटले की. दिवसभर डोकं उठतं त्या वासानं. शिवाय विषारी पण आहे ते. म्हणूनच कदाचित झाडावर टिकतं." सुषमाच्या रसवंतीला सहस्र जिव्हा फुटल्या होत्या. "इतकं असूनही या फळातून मुबलक प्राणावायू बाहेर पडतो. म्हणजे बघ कसा विरोधाभास आहे सगळा."

"खरंच बाई, अद्‌भुतच दिसतंय हे झाड. तू सांगितल्यावर आठवलं

कालचीच गोष्ट...

मला. गोरेगावला गावदेवीच्या मंदिरात देवीचा गाभारा याच सुगंधाने घमघमलेला असायचा. याच फुलांची आरास केलेली असायची नवरात्रीत. अच्छा, तेच हे झाड आहे तर?'' इति शकू. ''पुढे तर ऐक...हे फळ असं विषारी आणि दुर्गंधीयुक्त असलं नं तरी त्याचा औषधी बनविण्यासाठी उपयोग करतात. म्हणजे हे सगळं ज्ञान एका वैद्यराजांनीच दिलं आम्हाला. अगं बाई, बोलण्याच्या नादात दूध उतू गेलं वाटतं.'' असं म्हणत सुषमा किचनकडे गेली.

हे नेहमीचंच. म्हणजे दूध उतू जाणं नाही; पण 'तिच्या' कैलासपतीचं कौतुकाख्यान सुरू झालं की तिचं भान हरपून जाणं नित्याचं! त्याचं वर्णन करताना ती मुळीच कंटाळत नसे.

इनफॅक्ट, या एरियातला फ्लॅट पसंत केला, तो या झाडाचं सान्निध्य होतं म्हणूनच. शांत, निवांत वस्ती. प्लॉटच्या चारी बाजूंनी सीताफळ, अशोक, आंबा, चिकू, शेवगा अशी झाडं आणि तिच्या हॉलची शोभा वाढविणारा तो कैलासपती. जवळजवळ आठ-नऊ महिने बहर असायचा त्याला आणि वर्षातून तीनदा होणारी पर्णगळती. पहिल्यांदा त्याची हिरवी रसरशीत पानं गळताना पाहून, या झाडाला कसला रोग नाही नं झाला, अशी शंका येऊन मन थोडं खंतावलं होतं; पण एकीकडे निःस्पृहपणे पर्णसंभार उतरवून ठेवत असताना दुसरीकडे लगोलग हिरव्या चांदण्या अर्धस्फुट पानांमधून डोकावतात हे त्यांचं रूटीनही कळलं, तसं सुषमाला नवल वाटल्यावाचून राहिलं नाही.

स्वयंपाक करताना, बाल्कनीत कपडे वाळत घालताना तिचा त्याच्याशी सुखसंवाद चालायचा. त्या रस्त्याने जा-ये करणारे नवागत, हमखास थबकून त्या झाडाला न्याहाळायचे... चर्चा करत पुढे जायचे. क्वचित कुणी धीटपणा दाखवून तिला माहिती विचारायचे, तेव्हा कसं मोरपीस फिरायचं अंगावरून. अर्थातच ही दुसऱ्या मजल्यावरच्या बाल्कनीत आणि विचारणारा रस्त्यावर. त्यामुळे संवाद फारसा पुढे सरकायचा नाही.

एखाद्या सुट्टीच्या दिवशी पर्यावरणप्रेमी मंडळ आपल्या बालगोपाळांना या वृक्षदर्शनासाठी घेऊन यायचं. एकदा तर एका वृक्षवेड्या मित्राने प्रयोगादाखल फळंही नेली होती, सुषमाला विचारून. त्या बिया रुजल्या की नाही हे मात्र तिला कधीच कळलं नाही.

पण एकंदरीतच तिची आणि कैलासपतीची दाट मैत्री होऊ लागली होती. ऋतुचक्रानुसार त्याच्यात होणारे बदल न्याहाळणं, तिच्या आनंदाचा ठेवा झाला होता.

किती खारी नांदायच्या या वृक्षाच्या अंगाखांद्यावर. कमीत कमी सात-आठ असाव्यात. एका कावळ्याने घरटंही केलं होतं दोन फांद्यांच्या बेचक्यात. मग अंडी घालणं, त्यातून पिल्लं बाहेर येणं क्रमाप्राप्तच. पिल्लांच्या चोची सदैव आ वासलेल्या. आई-बाबा सतत भरवत असायचे. पुढे पिल्लं उडून गेली. घरटं रिकामं झालं. बुलबुल, साळुंक्या, हळद्या पक्षी आपली 'सिझनल' हजेरी लावून जात.

असा सगळा आनंद असताना तो दिवस उगवला. श्रीधर घरी आला तो वाईट बातमी घेऊनच. त्याची नोकरी गेली होती. अत्यंत प्रामाणिक आणि नि:स्पृह माणूस कंपनीच्या भ्रष्ट डायरेक्टर्सच्या मार्गातला अडसर बनला की हाती नारळ येणारच. सुषमाच्या पायाखालची जमीनच हादरली; पण तिच्यातल्या उपजत शहाणपणानं तिला धैर्य दिलं. "राजा हरिश्चंद्रालासुद्धा सत्त्वपरीक्षा चुकली नाही. आपण तर किस झाड की पत्ती! हेही दिवस जातील." असं म्हणून तिनं श्रीधरला सावरलं; पण तो सल तिच्या मनात कायमचाच राहणार होता.

या संकटातून जेमतेम सावरत असतानाच सुषमाचं ते दुखणं उपटलं आणि तातडीने गर्भाशय काढून टाकावं लागलं. संकटं कधी एकटी येत नाहीत त्याचं प्रत्यंतर आलं. पैसा तर पाण्यासारखा खर्च होत होता. बँक बॅलन्स झपाट्याने कमी होत होता. श्रीधरच्या धडपडीला अजून हवं तसं यश येत नव्हतं. अर्थात, दोन वेळचं जेवण सहज घेता येईल इतपत पैसा गाठीला होता; पण स्टँडर्ड वाढलं, लाइफस्टाइल उंचावली की खर्चही वाढतात. श्रीधरची नोकरी गेली तरी सेलफोन्स, संगणक, घराचे हप्ते, श्रीकरचा आय.आय.टी.चा खर्च कमी होण्यातले नव्हते. जमा-खर्चाची तोंडमिळवणी साधताना दमछाक होत होती.

उसनं अवसान तरी किती आणणार? सुषमाला उदासीने ग्रासलं. बारीकसारीक कारणांवरून कुरबुरी सुरू झाल्या. घराचं मन:स्वास्थ्य हरपलं. त्या दिवशी जेवता जेवता अभावितपणे खिडकीबाहेर नजर गेली. झाड कसं छान फुललं होतं. पान न् पान कळ्यांनी भरून गेलं होतं. अरेच्चा, आपलं लक्षच नव्हतं इतके दिवस. वाऱ्याची थंडगार

झुळूक सुषमाला सुखावून गेली. बऱ्याच दिवसांनी चित्तवृत्ती पुलकित झाल्या.

दिल्लीहून दोन-चार दिवसांसाठी मुंबईला आलेला श्रीधरचा मित्र, त्याची बायको आजच सकाळी परत गेले. दुपारची वेळ. सकाळी त्यांच्या जाण्याच्या घाईगडबडीत पेपरही उघडला नव्हता. एका हातात कॉफीचा कप, दुसऱ्या हातात पेपर घेऊन सुषमाने छान बैठक जमविली. राजकारणाचा निरर्थक काथ्याकूट, शेतकऱ्यांच्या आत्महत्या, पेज थ्रीची मुखवट्याची दुनिया... कशात काही वेगळेपण नाही, असं पुटपुटत ती पेपर खाली ठेवणार इतक्यात त्या कॉलमनं तिचं लक्ष वेधून घेतलं. उत्सुकतेनं सुषमा वाचू लागली. वाचता वाचता अडखळली, वास्तुशास्त्रातल्या काही टिप्स होत्या त्या. लिहिलं होतं, 'घराच्या प्रवेशद्वारासमोर उंच मोठा वृक्ष नसावा. त्याने एखादं आजारपण/संपत्तीचा नाश संभवतो.' सुषमाने पेपर भिरकावून दिला. तिच्या मनात विचारांचं वादळ उठलं... खरंच का हे झाड अरिष्टांना आमंत्रण देणारं असेल? आपण तर कधीच इतक्या अंधश्रद्ध नव्हतो; पण मग आपल्याला तर दोन्ही वाईट अनुभव आले.

एक मन म्हणत होतं, यात काही तथ्य नाही. तू इतकी शिकलेली....काहीतरी विचार करू नकोस. आपल्याच वर राहणाऱ्या गीतेंची मुलगी अमेरिकेला गेली. खालचे अत्रे तर याहून मोठ्या जागेत राहायला गेले. त्यांना तर लाभली जागा. मग आपल्यालाच वास्तुदोष कसा लागेल?

दुसरं मन सांगत होतं... तसंच आहे ते...हे भोग केवळ आपल्याच वाट्याला आलेत. प्राक्तन आपलं....मन विचारांच्या आवर्तात सापडलं होतं. वादळात होडी हेलकावावी तसं हेलकावत होतं.

अतिविचारांनी शीण आला, तशी सुषमा उठली. बाहेर जायचं होतं. भाज्या, वाणसामान, नेहमीची कामं उरकायची होती.

रात्री जेवता जेवता ती श्रीधरला म्हणाली, "हे समोरचं झाड तोडायला हवं, नाही? फार काळोख येतो किचनमध्ये. शिवाय पानांचा पाचोळा उचलायला म्युनिसिपाल्टीचे सफाई कामगार केवढी कटकट करतात. झाडून पाठ वळते न वळते तोच भसभस पानं गळून पडतात. या वर्षी दिवाळीची पोस्त वाढवून द्या म्हणत होती. आणि तुझ्या लक्षात

आलंय का, आपल्या गेटच्या बाजूच्या कमानीला तडे गेलेत बघ. या झाडाची मुळं किती दूरवर पसरली आहेत, कोण जाणे. मला तर भीतीच वाटते. एक दिवस बिल्डिगच...''

श्रीधर आ वासून ऐकत होता. पावसाळ्यात कैलासपतीच्या फांद्या छाटल्या तरी केवढा राग यायचा हिला. ''अगं, पण हे झाड दुर्मिळ आहे. ते तोडायला नगरपालिकेची परवानगी नाही मिळणार आणि हे जे तडे गेलेत.... ते गांधींची गाडी आदळली नं त्यामुळे...'' ''ते काही सांगू नको रे मला. देवालयाच्या आवारात किंवा वनात आढळणारा वृक्ष आहे हा. मनुष्यवस्तीत लावला की माणसाला धोकाच उद्‌भवणार त्यापासून. आणि परवानगीचं काय, मुठी गरम केल्या की सगळी कामं होतात. चार दिवस पर्यावरणप्रेमी आरडाओरडा करतील. मग बसतील गप्प.''

श्रीधरच्या मनात आलं, ''कालपर्यंत न थकता वृक्षगान करणारी आपली प्रिय पत्नी आज इतकी कशी बदलली?''

'कालचीच गोष्ट....'

◆

(आम्ही पार्लेकर वार्षिक विशेषांक, २००७ प्रथम बक्षीसपात्र कथा)

लाइफ इज ब्यूटिफुल

समोरच्या रिकाम्या प्लॉटवर सुंदर निळी, पिवळी रानफुलं फुलली आहेत. कडुलिंबालाही असंख्य छोटी, पांढरी फुलं आली आहेत. मन धुंद करणारा त्यांचा सुगंध चित्तवृत्ती पुलकित करतोय. कोकिळेचा पंचम तर पहाटेच कधी तरी सुरू झालाय. शेवग्याच्या झाडावर बुलबुलही नित्याची हजेरी लावून गेला. मधूनच जमिनीवरून धावणारी हुप्पोची जोडी... वसंतातली ती निवांत, संथ दुपार.

कार्तिक शांत झोपलाय म्हणून इतकं सगळं निवांतपणे पाहायची सवड मिळतेय. कार्तिक...जानकीचा एकुलता एक मुलगा. नुकताच पाचवा वाढदिवस थाटात साजरा झाला त्याचा. किती मित्र आले होते, बंगलोरहून जानकीचे आई- बाबाही आले होते खास. कसा राजबिंडा दिसत होता. राघवचा तर प्राणविसावा होता तो. खेळकर, हसरा, कधीच न रडणारा. आपल्या भाग्याचा आपल्यालाच हेवा वाटावा इतकं भरभरून दिलेलं श्री व्यंकटेशानं. सरस्वतीपूरमच्या या शांत सुखवस्तू एरियात सासऱ्यांनी रिटायर झाल्यावर छोटासा पण टुमदार बंगला बांधला होता. दुर्दैवाने सासरे येथे दोन-तीन वर्षच राहिले होते. चारधामाच्या यात्रेवर गेले असताना तिथे देवाज्ञा झाली. आता या बंगल्यात राघव, जानकी, छोटा कार्तिक, राघवचा शिक्षणासाठी

येऊन राहिलेला भाचा रमेश आणि राघवची वेणूआत्या... हुंडा दिला नाही म्हणून नवऱ्याने परत पाठवलेली. गंमत म्हणजे तिने राघवलाही कडेवर घेऊन खेळवलेलं अन् आता त्याच्या मुलाला कार्तिकलाही अंगाखांद्यावर खेळवतीये. कार्तिकवर फार जीव आहे तिचा.

खरंच, अज्ञानात किती सुख असतं.... अदृष्टाची चाहूल लागती तर माणसं नुसत्या काल्पनिक भयानेच वेडीपिशी झाली असती. जानकीचं सुखाचं पात्रही असं ओसंडून वाहत असताना प्रारब्ध तिला वाकुल्या दाखवून खिजवत होतं.

दोनच दिवसांपूर्वी झालेल्या वाढदिवसाच्या खाणखुणा अजूनही घरभर उमटल्या होत्या. पसारे अजून आवरायचे होते. अम्मा-आप्पा कालच बंगलोरला परत गेले होते. जानकी कार्तिकला शाळेतून आणायला निघायची तयारीच करीत होती. इतक्यात गेटबाहेर सायकलच्या घंटीचा आवाज आला. त्यापाठोपाठ गेट उघडल्याचा आवाज, कार्तिकचा रडल्याचा आवाज....कान सगळं टिपत होते. वेणूआत्या चौकशी करीत होत्या, "काय झालं कार्तिक? पडलास का कुठे? दाखव मला कुठे लागलंय ते." उत्तर नाही. नुसतंच मुसमुसणं सुरू. मग स्वामी, शाळेचा प्यून सांगू लागला, "ताई, आज गाणं गायला उभा राहिला तो एकदम पडला... चक्कर आली असावी. लागलं नाही फारसं, खरचटलंच आहे. मलम लावलंय; पण घाबरलाय खूप म्हणून बाईंनीच सांगितलं घरी घेऊन जा म्हणून. बघा. जपा त्याला." आणि स्वामी निघून गेला.

आत्याच्या पाठोपाठ आईला बघून तर कार्तिकने मोठ्यांदा गळाच काढला. ते रडणं ऐकून जानकीच्या काळजात चर्र झालं. असा इतका केविलवाणा कधीच झाला नव्हता तो. दंगामस्ती करायचा, धडपडायचा तेव्हासुद्धा मजेत औषधं, मलम लावून घ्यायचा. बराच वेळ त्याचं रडणं चालू होतं. शेवटी जानकीने गोड गोड बोलून, नॉडीचं पुस्तक प्रॉमिस केलं तेव्हा स्वारी शांत झाली होती. चार घास भरवून वेणूआत्यानं त्याला निजवलं; पण जानकीच्या मनावर अस्वस्थतेचा ओरखडा उठला. कसले तरी अशुभाचे संकेत मिळताहेत असं तिच्या मनाला सतत वाटत राहिलं आणि तिला एकदम आठवलं, वाढदिवसाच्या पार्टीत केक कापत असताना कार्तिक एकदम आपल्या अंगावर कलंडला होता. शेजारीच होते त्यामुळे सावरलं त्याला चटकन; पण त्याचवेळी दटावलंही

होतं, "अरे नीट उभा राहा नं. सुरीने बोट कापलं असतं म्हणजे?"

दुसऱ्याच दिवशी जानकी, कार्तिकला घेऊन त्यांच्या फॅमिली डॉक्टरांकडे गेली होती. बरोबर वेणूआत्याही होत्या. "डॉक्टर, हल्ली अचानक हा पडतो कसा? काल टेरेसचा जिना चढतानासुद्धा रमेशने त्याचा हात धरला. चालतानासुद्धा मध्येच डुलत डुलत चालायला लागतो. आता परवापर्यंत तर बरा होता." बोलता बोलता जानकी रडू लागली. डॉक्टरांचा चेहरा गंभीर झाला. त्यांनी त्याला तपासलं. "आत्या, तुम्ही जरा कार्तिकला बाहेर घेऊन जाता का?" ती सूचना लक्षात घेऊन आत्या केबिनच्या बाहेर पडल्या.

"मिसेस कुलकर्णी," घसा खाकरून डॉ. मूर्ती बोलू लागले. "मला वाटतं वेळ न गमावता तुम्ही याला न्युरॉलॉजिस्टकडे घेऊन जावं. जेवढ्या लवकर जाल तेवढं बरं. मी नोट लिहून देतो. ती घेऊन जा बरोबर." "डॉक्टर, पण असं झालंय तरी काय माझ्या बाळाला?" जानकीचा आर्त प्रश्न. "घाबरू नका. आपल्याला फक्त शक्यता पडताळून पाहायची आहे. आणि रिपोर्ट आल्यावर येऊन भेटा." असं म्हणून तिच्या प्रश्नाचं उत्तर डावलून डॉक्टरांनी तिची बोळवण केली होती. घरी परत येताना तर जानकीची जवळजवळ खात्रीच पटली होती की हे प्रकरण वाटतं तितकं साधं नाहीये.

Something is seriously wrong. व्यंकटेशा, काय आहे तुझ्या मनात, बाबा.

इडा पीडा टळो
अमंगल दूर पळो

असं म्हणत तिनं हात जोडले. संध्याकाळी वेणूआत्यानं रमेश, कार्तिक दोघांची मीठ-मोहऱ्यांनी दृष्ट काढली.

२५-३० वर्षांपूर्वी म्हैसूरमध्ये न्युरॉलॉजिस्ट नव्हते. मग तातडीनं बंगलोर गाठलं. तिथल्या डॉक्टरांनी भराभर टेस्ट्स सुरू केल्या. मसल बायॉप्सी टेस्ट, डीएनए टेस्ट... कधी नावंही ऐकलेली नव्हती आणि हाती आला Confirmed report.

कार्तिकला असाध्य Muscular Dystrophy असा रोग जडला होता. "ही केवळ सुरुवात आहे." ते तज्ज्ञ म्हणाले,

The affected male inherits the mutation from his mother who

carries one altered copy of the DMD gene. Duchenne Muscular Dystrophy is the most common form of Muscular Dystrophy.

आणि मग त्याची लक्षणं, शक्य तितके औषधोपचार, फिजिओथेरपी असं सगळं सविस्तर सांगून त्यांनी समारोप केला. "या व्याधीवर अजून तरी रामबाण उपाय निघाला नाहीये. अत्यंत कमी लोकांना हा रोग होतो आणि अशा रुग्णाचं आयुर्मान २०-२५ वर्ष इतकंच असतं. या कटू सत्याचा तुम्हाला धैर्याने स्वीकार करायला हवा आणि यातलं गांभीर्य कळण्याचंही वय नाहीये तुमच्या मुलाचं, इतका छोटा आहे तो; पण रोग जसाजसा advance होत जाईल तसतसं त्याचं त्यालाच कळेल. अशा वेळेला त्याचं मन आनंदी ठेवणं तुम्हालाच आव्हान आहे. आपण ही लढाई हरणारच आहोत, असं चुकूनही त्याला तुमच्या वागण्या-बोलण्यातून जाणवू देऊ नका."

जानकी ते ऐकून कोलमडलीच. आणि राघव....? त्याच्या भकास चर्येकडे बघवतच नव्हतं. कसेबसे एकमेकांना सांभाळत ते दोघं घरी आले. अम्मा, आप्पा, वेणूआत्या... सगळ्यांना भविष्य कळून चुकलं.

आता सुरू होणार खरी लढाई. मोठी मीरा सहा महिन्यांची असताना काविळीने गेलेली. ते दुःख कार्तिकच्या आगमनाने ओसरलं होतं आणि आता हा एकुलता एक मुलगा... तोही...?

"माझा लाडका कार्तिक. पाय फुटल्यापासून सतत घरभर धावत असायचा तो. कधी कसलाच त्रास दिला नाही त्याने. नाही रात्रीची जागरणं, नाही रडणं, नाही कसली आजारपणं आणि आता दुखणं आलं ते असं; पण आपण हिंमत हरायची नाही. धीराने तोंड द्यायचं या संकटाला; पण त्या बालजीवाला कोण नि कसं सांगणार हे क्रूर वास्तव? तो आता रमेशबरोबर कधीच धावायची शर्यत लावू शकणार नाही. पकडापकडी खेळू शकणार नाही. संगीताच्या तालावर नाचू शकणार नाही. इतकंच काय, त्याचं चालणंही हळूहळू बंद होईल...." किती वेळ जानकी बधिर होऊन बसली होती. "जानकी, जेवायला येतेस नं?" वेणूआत्याच्या हाकेनं ती भानावर आली.

पण आश्चर्य म्हणजे कार्तिकनं हा trauma कमालीच्या सोशिकतेने झेलला. हळूहळू बागेतल्या फुलपाखरांमागे धावणं कमी होत गेलं. गच्चीचे जिने दडादडा चढणं- उतरणं अशक्यप्राय होऊन बसलं आणि

एक दिवस व्हीलचेअरच्या परिघावर नियतीनं त्याला आणून ठेवलं.

'सुख येताना एकटंच असतं, दुःख मात्र सखे-सोबती घेऊन येतं' असं म्हणतात ते खरंच आहे. प्रारब्धाने लादलेलं हे दुःख कमी होतं म्हणून की काय जो कार्तिक पप्पांचा इतका लाडका होता, बँकेतून घरी आल्यावर त्यांना सतत नजरेसमोर हवा असायचा त्याला ते टाळू लागले. गप्पा, शाळेच्या, अभ्यासाच्या चौकशा तर दूरच, ते त्याच्या प्रकृतीची दखल घेईनासे झाले.

पुढे पुढे तर कार्तिकचे औषधोपचार, फिजिओथेरपी यांच्यासाठी पैसे मागितले तरी त्यांचा भडका उडू लागला. "काही उपयोग होणार नाहीये आणि रमेशच्या शिक्षणाचा खर्च आपणच करतोय हे तू कसं विसरतेस?" "म्हणजे त्याला तसंच सोडून द्यायचं?" जानकीची नजर त्यांना भाजून काढत होती. 'हूं' असा तुच्छतापूर्वक उद्‌गार काढून राघव तिथून निघून गेले.

जानकीच्या मनात आलं 'नात्यानात्यातली ही स्पेस डिझाइन्स वरूनच पाठवली जातात प्रत्येकाच्या जन्माबरोबर. त्या मर्यादांपलीकडे माणूस वागूच शकत नाही.'

मग असे प्रसंग वरचेवर येत राहिले आणि आलं ते अपरिहार्य वळण. You are waging a losing battle. सॉरी, तुला तुझा मुलगा आणि पती यामध्ये एकाची निवड करावी लागेल." उंटाच्या पाठीवरील शेवटली काडी ती. शांतपणे स्थिर हातांनी जानकीने त्या डिव्होर्सच्या कागदपत्रांवर सही केली.

एक व्यवहार उरकला. एक नातं संपलं. आता त्या उबदार घराचा आश्रय सोडून बाहेर पडायचं होतं. आकाशाच्या मांडवाखाली आपला ठावठिकाणा शोधायचा होता. अम्मा-आप्पा बंगलोरला बोलवत होते; पण भाऊ आणि नवी वहिनी...? जिथे प्रत्यक्ष जन्मदात्याने पाठ फिरवली तिथे ते तर परकेच. नाही म्हणायला राघवकडून पोटगी मिळाली होती, त्यात कार्तिकचा औषधांचा खर्च, तिचं जगणं... जगणं तर कुणालाच सुटत नाही नं? इतक्या कमी पैशात कसं होणार सगळं, या विचारानेच जानकीचे हातपाय गळाले. तेव्हा पुढे आल्या वेणूआत्या. नवऱ्याची आत्या...पण आज ती सुनेसाठी घराचा त्याग करून बाहेर पडली. हुंदके देऊन रडणाऱ्या रमेशकडे शेवटचं पाहून जानकीनं

निग्रहानं पाऊल उचललं. रमेश मामाजवळच राहणार होता. एक वादळ काय आलं अन् सगळी नातीगोती संपुष्टात आली. सगळे संदर्भच बदलले होते.

एव्हाना कार्तिक ११ वर्षांचा झाला होता. अम्मा-आप्पांच्या आग्रहाखातर आणि खरंतर वेणूआत्यालाही दर्शन घडवायचं म्हणून जानकी तिरुपतीच्या व्यंकटेशाच्या दर्शनाला निघाली. कार्तिकला सांभाळायला आता आप्पा जवळ होते... केवढा धीर आला तिला! तिरुपतीच्या प्रसन्न वातावरणानं जानकी हळूहळू आश्वस्त झाली. त्याच्या पायी अवघे क्लेश, व्यथा, चिंता वाहून ती मोकळी झाली.

वनमाली गदी शार्ङ्गी शंखी चक्री च नन्दकी।
श्रीमन्नारायणो विष्णुर्वा सुदेवोऽभिरक्षतु।
विष्णुर्वासुदेवोऽभिरक्षतु।।

आप्पांनी तिन्ही दिवस विष्णुसहस्रनाम पठण केले. कार्तिकही त्याच्या आठवणीत पहिल्यांदाच बाहेर पडला होता. त्यालाही तिथलं पावित्र्य, पूजेचा थाट, भक्तांची लगबग या गोष्टी आवडल्या होत्या.

सारे तिरुपतीवरून बंगलोरला आले तेव्हा वेणूआत्याने मनाशी काही निश्चयच केला होता. उल्सूरचं तिचं वडिलोपार्जित घर विकून तिने पैसा उभा केला. जानकीच्या डोळ्यांत अश्रू आले. भावनातिरेकाने तिला काही बोलवेना.

आप्पांनी त्यांच्या जवळच छोटंसं घर बघून दिलं आणि जानकीचा नवा प्रपंच सुरू झाला. बघता बघता कार्तिक १६ वर्षांचा झाला. शरीर दुखण्याने पंगू बनत होतं तितकी जिद्द अचाट वाढत होती. लेखनिकाची मदत घेऊन त्याने बाहेरून दहावीची परीक्षा दिली. चांगले ६०टक्के गुण मिळवून तो पासही झाला. व्याधीने आपले हात-पाय पसरायला सुरुवात केली होती. संगणकाचा कोर्स करताना मनगटांमध्ये जोर राहत नसे. एकीकडे फ्रेंच भाषा शिकवायला घरी ट्यूटर येत असे. फावल्या वेळात जानकी, रमेश, वेणूआत्या कार्तिकशी चेस खेळायचे. त्याला पेपरही वाचून दाखवायचे. आताशा हाताने पेपरही फार वेळ धरवत नसे. रमेश मेडिकल कॉलेजच्या हॉस्टेलवर राहूनच M.B.B.S. करीत होता. दर सुट्टीत तो जानकीकडे राहायला यायचा.

त्या दिवशी असाच चेसचा डाव रंगला होता. कार्तिकची पुढची

मूव्ह काय असेल याचा रमेश विचार करीत होता; कारण कार्तिकशी खेळायचं म्हणजे दहा पैकी नऊ डावांत आपला पराभव ठरलेला हे त्याला माहीत होतं. अन् अचानक कार्तिकने एक प्रश्न टाकला, "दादा, आपल्या देशात मर्सी किलिंग (दया मरण) कायद्याने संमत आहे का रे?" "तू का विचारतोयस असं?" "काही नाही रे असंच. सहजच." "नाही नं, दया मरण कायद्याने वैध नाही भारतात."

"I See, हा चेकमेट..." आणि कार्तिक हसू लागला. रमेशला स्वत:चाच राग आला. आपण का लक्ष दिलं त्याच्या बोलण्याकडे? नेहमी असंच होतं. कार्तिक एखादं वाक्य बोलला तरी मन त्याचा मागोवा घेत राहतं. तो तर म्हणतोच, "तुझं या खेळातलं concentration कमी पडतंय. ते वाढव." "कार्तिक," रमेश नेहमीसारखा चिडून भांडायला लागला. त्यावर कार्तिकचं हसणं. आणि हसणं थांबल्यावर तो हळूच म्हणाला, "अरे, जीवन-मृत्यूच्या द्वंद्वात माझा अंतिम पराभव ठरलेलाच आहे. निदान इथे तरी जिंकू दे नं मला." रमेश चमकला. दुसऱ्याच क्षणी त्याचे डोळे भरून आले आणि त्याने कार्तिकच्या दुबळ्या कुडीला मिठीच मारली.

दिवसेंदिवस लक्षणांची तीव्रता वाढत होती. हालचाली अतिशय मंद होत होत्या. progressive muscle wasting ने अक्राळविक्राळ रूप दाखवायला सुरुवात केली होती. कार्तिकला बोलता बोलता मधूनच धाप लागायची. अगदी breathless व्हायचा तो. तसं झालं की ICU मध्ये Oxygenवर ठेवलं जायचं. ICUच्या येरझाऱ्या वाढू लागल्या. अंतिम पर्व सुरू झालं होतं आणि आपल्या २०व्या वाढदिवसाला कार्तिकने नवाच हट्ट धरला. 'मला माझे अवयव दान करायचेत. ज्याचं पूर्ण आयुष्य पुढे पडलंय असा माणूस माझ्या organ transplant ने नॉर्मल जीवन जगणार असेल तर असं मरण मी हसतहसत स्वीकारीन. तेव्हा आई, या मोलाच्या कामात तू मला मदत कर. मला दया मरण दे.'

जानकी कार्तिकला औषध देत होती. ते शब्द ऐकून तिच्या हातातला पाण्याचा ग्लास गळून पडला."आजपर्यंत मी तुझ्याजवळ कसलाच हट्ट केला नाही. आता हा एकच, शेवटचा बालहट्ट पुरा कर." रमेश तिथेच पुस्तक वाचत बसला होता."कार्तिक, अरे muscular dystrophyमध्ये मृत्यूच्या आधीच अवयव निकामी होत जातात. अशा अवयवांचा कुणाला काय उपयोग होणार?''

"Exactly! म्हणूनच मला लवकरात लवकर मरण हवं आहे.'' अत्यंत objectively, जसं काही दुसऱ्याच कुणाविषयी बोलतोय अशा तऱ्हेने कार्तिक बोलत होता. हा विषय त्याच्या डोक्यातून जायला तयार नव्हता. लवकरच हा लढा संपणार आहे याची जाणीव जानकीला आजकाल वारंवार होत होती; पण म्हणून त्याला दया मरण द्यायचं? नाही, मला माझ्या मुलाची अंतिम इच्छा पूर्ण करायलाच हवी. तो अल्पायुषी आहे हे सत्य आपण फार वर्षांपूर्वी स्वीकारलं आहे, मग जाताना तो आनंदात गेला तर...?

जानकी रात्रभर तळमळत होती. दोन मनांच्या द्वंद्वात झोपेचं पार खोबरं झालं होतं. 'आपण त्याची जीवनरेखा कमी करतोय. काय अधिकार आहे आपल्याला? आई पोटच्या गोळ्याचं मरण वांछिते आहे! याच हातांनी त्याला भरवलं, थोपटलं, चालायला शिकवलं आणि आता याच हातांनी त्याच्या दया मरणासाठी अर्ज करायचा? व्यंकटेशा, का माझी अशी सत्त्वपरीक्षा बघतोयस?'

यानंतर येणारी प्रत्येक रात्र वैऱ्याची होती. कार्तिकला आईचं मन कळत होतं तरी त्याचं एकच मागणं होत... मला मृत्युदान दे. तो तिची समजूत घालू पाही; पण आपल्या प्रयत्नांना यश येत नाही हे दिसलं तेव्हापासून तो एकदम अबोल झाला. दुःखी, उदास राहू लागला.

जानकीचं मन आक्रंदत होतं....अगं, तुला अभिमान वाटायला पाहिजे अशा मुलाचा. तो जगण्याला कंटाळलाय म्हणून मृत्यूची भीक मागत नाहीए. आपल्या मरणातून त्याला दुसऱ्याचं जीवन फुलवायचंय आणि तू अशी अडून का बसली आहेस? श्वास संपले की प्रत्येकजण जातोच; पण तू किती भाग्यवान आहेस, तुझा पुत्र मृत्यूनंतरही कीर्तीरूपाने उरेल. तेव्हा जाऊ दे त्याला आनंदात. त्याची ही इच्छा पुरी कर.

तो एकच निर्णायक क्षण... जानकी आता त्या शेवटच्या अग्निदिव्यालाही सिद्ध झाली. दुसऱ्याच दिवशी ती डॉक्टरांना भेटली. डॉक्टर ती जगावेगळी मागणी ऐकून हादरलेच. "छे छे, अहो असं करणं बेकायदेशीर आहे. पहिले मला तुरुंगात टाकतील.'' हॉस्पिटल मॅनेजमेंटचा विरोधही तीव्र होता.

रमेशने एखाद्या वकिलाला गाठायची सूचना केली. दोघं ॲड. नंदकुमारांकडे धावले. येथे रमेशचं वैद्यकीय ज्ञान कामाला आलं आणि या केसमध्ये त्वरित हालचाल करणं किती गरजेचं आहे ते त्या सहृदय वकिलांनाही पटलं. पब्लिक इंटरेस्ट लिटिगेशनखाली जानकीच्या सहीने, कार्तिकच्या वतीने सरकारकडे दया मरणाचा अर्ज दाखल करण्यात आला. आपल्या मुलाला die with dignity सन्मानपूर्ण मृत्यू यावा आणि त्याचे अवयव प्रत्यारोपण करता यावेत यासाठी एका शूर मातेची लढाई सुरू झाली...

आणि नव्याच वादाला तोंड फुटलं. मीडियाला बरेच दिवस पुरून उरणारा sensational bite मिळाला. वृत्तपत्रे रोज उलटसुलट प्रतिक्रियांनी केसच्या proceedingsनी भरून जाऊ लागली. कॅमेऱ्याचे flashes उडू लागले. एकानं तर रमेशला विचारलंच, "तुम्ही स्वत: डॉक्टर असून मर्सी किलिंगला पाठिंबा कसा देता? डॉक्टरांचं काम तर पेशंटचा जीव वाचवणं हे असतं." संतापलेल्या रमेशने समोर धरलेला माइकच फेकून दिला. जानकी तर या कशातच नव्हती. कुणी दुरून गंमत पाहत होतं, कुणी तिच्या असामान्य धैर्याचं कौतुक करीत होतं, कुणी सहानुभूती दाखवीत होतं, तर कुणी कडवा विरोध दर्शवित होतं; पण तिला साऱ्या जगाचाच विसर पडला होता.

एव्हाना खोकल्यातून रक्त पडायला लागलं होतं. Countdown सुरू झाला होता आणि तो निकाल आला. कार्तिकचा ब्रेनडेथ झाला तरच तो आपले अवयव डोनेट करू शकतो. कोर्टाचा निर्णय सांगायला धावत जानकी आणि रमेश कार्तिककडे गेले. पहिल्यासारखेच त्याचे डोळे आनंदाने चमकले. "My brave mother! thank you so much!" अस्पष्ट आवाजात तो पुटपुटला... आणि त्याची मान कलंडली.

"He is no more!" डॉक्टरांनी डिक्लेअर केलं. 'But it was a brave fight.'

समोर कार्तिकचा निश्चल देह पहुडलाय. त्याचं यकृत, फुप्फुसं संसर्ग झाल्यामुळे दान नाही करता येणार; पण डोळे चांगले शाबूत आहेत. ते नुकतेच आय बँकेला देण्यात आले आहेत आणि त्याचा देह मेडिकल कॉलेजला अभ्यासासाठी पाठविण्यात येणार आहे.

'जा माझ्या बाळा, आता तरी झालं नं तुझ्या मनासारखं? अगदी

आनंदात जा. अशा ना तशा रूपात तुझं मनोवांछित पुरं झालंय. तुझ्या नेत्रज्योतींनी कुणा अभाग्याचं अंधारं जीवन उजळेल, त्याच्या जीवनात प्रकाश येईल. किती आनंदाची गोष्ट आहे. मी मुळीच रडणार नाहीये. वीरमाता आपल्या पुत्राच्या मृत्युशोकाने अश्रू ढाळीत नसतात.'

रमेश सावलीसारखा मामीच्या आसपास होता. वेणूआत्याला मात्र हा धक्का सहन करता आला नाही. पंचाहत्तरी गाठलेल्या त्या वृद्धेने कार्तिकपाठोपाठ इहलोकातून प्रयाण केले.

आज जानकी बेळगावला रमेशच्या परिवारासमवेत सुखाने कालक्रमणा करीत आहे. नंदिनीने, तिच्या सुनेनं मुलीसारखी माया लावली आहे. रमेशची छोटी अल्पना 'आजी' म्हणत येऊन बिलगली की जानकीला अंगावरून सौख्याचं मोरपीस फिरल्याचा भास होतो. आश्चर्य म्हणजे तिची आणि कार्तिकची जन्मतारीख एकच आहे, १५ मार्च!

कालच तिचा पाचवा वाढदिवस झाला. छानसं पॉमेरियन पपी तिला मम्मी, डॅडींनी भेट दिलं. किती हरखून गेली अल्पना! किती वेळ त्याला कुरवाळत होती. मग आजीकडे वळून एकदम म्हणाली,

"Life is beautiful. हो नं आजी?" जानकीनं चमकून रमेशकडे बघितलं. ओळखीची खूण पटल्याचा भाव त्याच्याही नजरेत होता.

हो, कार्तिकलाही खूप आनंद झाला, की तो हेच म्हणायचा Life is beautiful. आणि अशाच सुरात!

"हो अल्पना, Life is indeed very beautiful. ज्या जगात चंद्राचा शीतल प्रकाश आहे. मनोहारी सूर्योदय-सूर्यास्त आहेत, आकाशात होणारी रंगांची उधळण आहे, बागेतल्या फुलांचे मधुर गंध आणि सुंदर रंग आहेत, स्वतःच्या देहदानाने दुसऱ्या जीवाला जगवायची धडपड आहे आणि मुख्य म्हणजे पुनर्जन्म आहे ते जीवन सुंदरच असणार गं!"

◆

(विपुलश्री, मे २००७, वासंतिक स्पर्धा प्रथम पारितोषिक)

सतीश–

नसतेस घरी तू जेव्हा
जीव तुटका तुटका होतो।
जगण्याचे विरती धागे
संसार फाटका होतो।।

खरंच, फाटका झालाय आमचा संसार हल्ली... निरू डिप्रेशनमध्ये गेल्यापासून अवकळा आलीये घराला. किती सवयीचा होता निरूचा घरातला वावर! आणि आश्वासकही! आपल्या घरापलीकडे दुसरं विश्वच नव्हतं तिला. या चकाचक चित्रातल्यासारख्या देखण्या, टापटीप घराचे आज रंग विस्कटलेत.

असीम तिला क्लिनिकमध्ये घेऊन गेलाय. काउन्सिलिंग सेशन्ससाठी. कोपऱ्यात पडलेले हे कपड्यांचे बोळे, सिंकमधला खरकट्या भांड्यांचा ढिगारा, घरभर पडलेले पसारे... हे पारोसं घर नजरेला किती खुपतंय. शोभा गेले चार दिवस कामावर आली नाहीये; पण एरवी कधी जाणवलीही नाही तिची अनुपस्थिती. निरूच्या हातांनी सगळं निमूटपणे, हसतहसत निभावून नेलं; आज मात्र...?

सकाळी उठलो. चहाचं पाणी गॅसवर ठेवलं होतं इतक्यात दूधवाल्यानं बेल वाजवली... एकीकडे चहा करता करता कपबश्या विसळत होतो. तेवढ्यात दूध उतू गेलं डोळ्यांसमोर... आमलेट करता करता झाडूवाला टपकला.

सावर रे

त्याला कचऱ्याची बादली द्यायच्या नादात गॅस बारीक करायला विसरलो आणि आमलेटचा कोळसा झाला! छ्या! वैताग नुसता... कशी काय मॅनेज करते निरू तिचं तिलाच ठाऊक! एक मात्र खरं, आपण किती गृहीत धरतो तिला याची जाणीव झाली अन् मन शरमेनं भरून गेलं...

खरंच निरू, तुझी किंमत मला नाही कळली कधीच; पण इतकं समजलं, तुझ्यावाचून मी एक शून्य आहे, फक्त एक शून्य!

"आत्या, लवकर इकडे ये. आईनं तिथले फोटो पाठवलेत वेब-कॅमवर." असीमची हाक ऐकू आली तशी मी त्याच्या स्टडीरूममध्ये गेले, निरू-सतीशच्या नजरेतून स्वित्झर्लंड बघायला.

"आधी हा ई-मेल वाच." तो म्हणाला.

Interlaken, धरेवरचा स्वर्ग म्हणू की यक्षलोक म्हणू? दोन तलावांच्या मध्ये वसलेलं, आल्प्सच्या कुशीत पहुडलेलं हे टुमदार गाव... प्रसन्न हिरवाई, धवलवस्त्रांकित हिमशिखरं, स्वच्छ, निळं आभाळ, ताजी गार हवा आणि या निसर्गनिर्मितीला मानवनिर्मित साहस, क्रीडा, करमणुकीची विपुल साधनांची जोड."

निरूने लिहिलं होतं,

"कालच आम्ही schilthorn या पर्वतशिखरावरील फिरत्या रेस्टॉरंटमधून आल्पाईन रेंजचं दर्शन घेतलं. केवळ अप्रतिम! ५० मिनिटांत हे रेस्टॉरंट ३६० अंशांतून फिरतं आणि दोन फिरत्या Solar-Powered Platforms वर ते वसवलं आहे. इथून जवळपास २०० शिखरं, असंख्य हिमनद्या, असंख्य सरोवरं दृष्टीस पडतात आणि विशेष म्हणजे इथे उत्कृष्ट भारतीय भोजनही मिळतं.

तुम्हा दोघांची आम्हाला खूप आठवण येत आहे आणि तरीसुद्धा सतीशच्या सहवासात या क्षणी वाटतंय आय ॲम ऑन क्लाउड नाईन... तसेही ढग इथे खूपच जवळ वाटतात.

एनी वे, तुझा नवीन जॉब कसा चाललाय? कुमुदआत्यांना नमस्कार सांग. त्यांना म्हणावं, 'लेडिज स्पेशल' च्या स्वित्झर्लंड टूरवर मी नक्कीच पुन्हा येईन त्यांच्याबरोबर."

किती भरभरून लिहिलं होतं निरुपमानं! असीमने मला ते फोटो दाखविले तेव्हा मनात आलं, किती Confident, assertive आणि हसरी दिसत होती निरू, किती विलोभनीय रूप होतं हे तिचं. चार-पाच

वर्षांपूर्वी मात्र हीच निरुपमा... केवढा फरक होता त्या दोघींमध्ये... मी आठवणीनेच शहारले.

नुकतीच सर्जरी झाली होती तिची. गर्भाशयात ट्यूमर झाल्यामुळे ते काढून टाकावं लागलं होतं. आपलं स्त्रीत्व... काहीतरी मौल्यवान गमावल्याची भावना कितीतरी दिवस तिच्या मनात ठाण मांडून बसली होती.

"आत्या, कानातून, मानेजवळून रात्री गरम वाफा येतात हो. अंगाला दरदरून घाम फुटतो. रात्र रात्र झोप लागत नाही मग." ती तक्रार करायची.

रजोनिवृत्तीचा हा काळ प्रत्येक स्त्रीच्या आयुष्यात येणारा. निरूचा स्वभाव कधी नव्हे तो चिडचिडा झाला होता. विस्मरण होऊ लागलं होतं. वारंवार रडू यायचं... निराशा, अनुत्साह ग्रासून टाकायचे तनामनाला. मी कितीदा समजावलं होतं तिला, "निरू, ही फक्त एक 'पासिंग फेज़' आहे गं. जाईल ती निघून. तू उगीच काळजी करणं सोडून दे. मजेत राहा आणि स्वत:ची काळजी घे."

पण सगळ्यांनाच हे वळण नाही इतक्या सहजतेनं ओलांडता येत. काही जणींना हार्मोन असंतुलनाचा थोडासा त्रास होतो; पण निरूच्या केसमध्ये तर अगदी धोकादायक वळण ठरलं हे. हा अनुभव इतका traumatic ठरेल असं स्वप्नातही वाटलं नव्हतं.

असीम त्यावेळी अमेरिकेत एम.एस. करण्यासाठी गेला होता आणि शूट-आउटचं दुर्दैवी प्रकरण झालं. कुणा माथेफिरूनं कॅम्पसवर बेछूट गोळीबार केला होता. काही निष्पाप विद्यार्थ्यांचा त्यात बळी गेला होता. नंतर त्या विकृतानं स्वत:लाही संपवलं होतं.

सतीशला ही बातमी ऑफिसमध्ये समजली आणि त्याने मला फोन केला. "आत्या, निरूला कळलंय की नाही माहीत नाही मला; पण आपला असीम सुखरूप आहे. आत्ताच बोललो मी त्याच्याशी; मात्र तिला समजलं तर ती पॅनिक होईल. ७च्या बातम्या बघते नं ती, त्यावेळी कुणीतरी जवळ हवं. तू थांबशील का थोडा वेळ तिच्याजवळ?"

"हो निघतेच मी. तू उगीच धावतपळत घर गाठू नकोस." मी त्याला धीर दिला आणि सतीशच्या घरी गेले.

दोघींची घरं तशी जवळच. पुण्याचा डेक्कन जिमखाना आणि

आपटे रोड. एरवीही ये-जा असायचीच. सतीशकडे गेले... निरूशी हवापाण्याच्या गप्पा झाल्या, चहापाणी झालं. ७ वाजत आले तसा माझ्या पोटात गोळा. निरूने टी.व्ही. लावला. ती बातमी ऐकली आणि निरूने हंबरडाच फोडला. खरं सांगते, तिचा तो विलाप मला त्या क्षणीसुद्धा ॲबनॉर्मल वाटला. मी तिला धीर दिला. "शांत हो निरू, अगं सतीशने फोन केला होता त्याला. तो स्वतः बोलला असीमशी. असीमला काहीही झालेलं नाही. तो अगदी व्यवस्थित आहे."

"मग मला फोन का नाही केला त्याने? तुम्हाला माहितीये हे सगळं... फक्त त्याच्या आईला माहिती नाही."

"तरी मी सांगत होते नको पाठवूस इतक्या लांब. इथे काय मुलं शिकत नाहीत? पण तू भरीला घातलंस माझ्या मुलाला. त्याचं आज काही बरंवाईट झालं असतं म्हणजे...?"

घरात पाऊल टाकणाऱ्या सतीशच्या अंगावर निरू संतापाने धावून गेली. मी अवाक होऊन बघतच राहिले. पुढे होऊन तिला आवरायचं देखील सुचलं नाही. इतकी violent झालेली निरू मी या आधी कधीच पाहिली नव्हती.

"काय किंमत आहे मला मेलीला या घरात? सगळ्या गरजा पुरविणारी एक दासी. बस्स. इतकीच." तिच्या तोंडाचा पट्टा मग कितीतरी वेळ चालू राहिला होता.

Of Course, I could understand. मोठा stressful period होता तो तिच्यासाठी. सात-आठ महिन्यांपूर्वीच आई गेलेली, म्हणजे तसं मातृवियोगाचं दुःख ताजंच होतं. मायेचा शेवटचा धागा तुटला होता. असीम दूरदेशी... सतीश as always busy, आता तर मार्केटिंगचा international head झालेला, त्यामुळे टूरिंग अजूनच वाढलेलं. जबाबदाऱ्या कमी झालेल्या, रिकामा वेळ अधिक. घरात कुणी नाही. empty nest syndrome....!

वृंदा, रेखा, निरू आणि वैजू अगदी घट्ट ग्रुप होता चौघींचा शाळेपासून आत्तापर्यंत. त्यातल्या वृंदाच्या मिस्टरांची एक-दोन वर्षांपूर्वी दिल्लीला ट्रान्स्फर झाली म्हणून ती तिकडे गेली. दुसरी रेखा इथेच होती; पण ती राजकारणात शिरलेली. सासऱ्यांच्या आशीर्वादाने एक-दोन वर्षांत मेअर व्हायचे पण चान्सेस आहेत, त्यामुळे तिच्या वर्तुळात

ती गर्क आहे आणि तिसरी वैजू तीन-चार वर्षांपूर्वीच यू.के.ला मायग्रेट झालेली.

भिशी वगैरे प्रकरणात निरुपमाला कधीच इंटरेस्ट नव्हता. नाही म्हणायला एका वाचक मंडळाची सभासद होती ती... महिन्यातून एकदा भेटायचे ते; पण गप्पांमध्ये साहित्य, कला, संगीत या विषयांनाच स्पर्श असायचा. वैयक्तिक किंवा घरगुती काही बोलायचे नाही, असा अलिखित नियमच होता.

मग आपलं सुख-दुःख, व्यथा ती कोणाला सांगणार? जिच्याशी शेअर करावं अशी आईही निघून गेलेली अनंताच्या प्रवासाला.

जिवाभावाचा नवराही हल्ली त्याच्या वाढत्या कामामुळे दुर्मिळ झालेला. "आत्या, सतीशच्या ऑफिसमध्ये नवीनच असिस्टंट आलीये शारदा नावाची... तो गुंतला तर नसेल नं तिच्यामध्ये?" एकदा सगळा संकोच बाजूला सारून निरूनं मला विचारलं होतं. "तुला का अशी भीती वाटली? सतीश तसा पुरुष नाहीये हं निरू." मी जरा रागावूनच बोलले होते. त्यावरती केविलवाण्या स्वरात पुटपुटली होती, "हल्ली जवळ येत नाही तो फारसा; पण मी तरी काय करू? मला ते सगळं नकोनकोसं वाटतं हो."

Empty nest syndrome menopause emotional insecurity... किती आघाड्यांवर एकटी लढत होती बिचारी. अशीच एकदा गेले होते सतीशकडे. निरू बाहेर गेलेली. सतीश नुकताच टूरवरून आलेला. शॉवर घेत होता. टी-पॉयवर फेमिना पडलेलं दिसलं. उचलून चाळायला लागले. पानोपानी लहान-मोठी, विविध प्रकारची, आकारातली फुलं काढलेली. "सतीश, कुणी लहान मूल आलं होतं का रे तुमच्याकडे?" "नाही... का गं आत्या?" सतीशचा प्रश्न. "या मासिकात बघ, या पेपरावर बघ, फुलांची रांगोळी काढलीये कुणीतरी." "ती होय, अगं ते निरूचं चित्रकाम! आताशा नवीनच चाळा झालाय तिचा. तिच्या हिशोबाच्या डायरीतसुद्धा फुलांचे गालिचे दिसतील तुला." सतीश हसत हसत बोलला.

माझ्या काळजावर मात्र ओरखडे उठले. बिच्चारा... अज्ञानात सुखी होता नं!

"सतीश, या साऱ्याचा अर्थ माहितीए तुला?" मी गंभीरपणे

विचारलं. "म्हणजे?"

"अरे निरूच्या मनातली deep rooted भावनिक असुरक्षितता बोलतीये हे."

"आत्या, मला कळलंच नाही हे," सतीशच्या स्वरातलं आश्चर्य, काळजी लपली नाही.

इतक्यात निरू बाहेरून आली आणि तो विषय तिथेच संपला. दोघांचा निरोप घेऊन निघाले तेव्हा मी अस्वस्थ होते. मन कसल्या तरी अशुभाचे संकेत देत होतं.

आणि निरूला Bach Flower Theraphy द्यावी का, असा विचार मनात रुजत असतानाच तो कळसाध्याय घडला. "निरू, हल्ली फिरायला जात नाहीस सकाळची? वजन बघ किती वाढलंय. जिम जॉईन कर हवं तर. केसही पांढरे झालेत. जरा नीटनेटकी राहा नं. तुझंच तुला फ्रेश वाटेल." सतीश चहा घेताना म्हणाला.

"हो तर, ती शारदा भेटलीये नं तुला, beauty with brain. मग मी बुढ्ढीच वाटणार तुला, आणि केसांचं म्हणशील तर तुमच्या दोघांच्या काळजीनंच पिकलेत ते."

"अगं, कसली काळजी बाई? सगळं तर छान चाललंय आमचं." सतीशने न समजून विचारलं.

"तेच तर आहे नं... इतकं छान चाललंय की बायकोलाही थोडा वेळ द्यावा, तिचीही विचारपूस करावी असं कधी तुला वाटतच नाही... म्हातारी झाले नं मी... आता तुला कशी आवडणार?" सतीश हतबुद्ध होऊन ऐकत राहिला.

आजकाल असंच व्हायचं काही संवाद साधायला गेलं की! किती argumentative, तोंडाळ झाली होती ती. ते क्षण दोन क्षण तसे गेले. पुढच्याच क्षणी मेंदूनं वेगळीच नोंद घेतली. निरुपमा तीरासारखी आत धावली होती. गॅस पेटविला आणि आपले लांबसडक केस ती त्याच्यावर धरणार इतक्यात सतीश तिथे पोहोचला. समोरचं दृश्य बघून तो हादरलाच. चपळाईने पुढे होऊन त्याने तिला मागे खेचलं. गॅस बंद केला आणि कळवळून ओरडला, "निरू, भानावर आहेस का तू? काय करत आहेस तू?"

"एकेकाळी या केसांवर तू पागल झाला होतास... आता मात्र...!"

इतकं बोलून ती रडू लागली. मग तिला शांत करताना तोच दमून गेला होता.

सतीशचा फोन आला तेव्हा मी क्लिनिकला जायला निघाले होते. क्लिनिकमध्ये निरोप पाठविला मी उशिरा येते आहे म्हणून. मनात धास्ती घेऊनच निघाले आता काय पाहायला लागतंय म्हणून.

त्याच दिवशी संध्याकाळी निरूला डॉ. शहाणेंकडे घेऊन गेलो. शहरातले प्रसिद्ध मानसोपचारतज्ज्ञ ते. खूप प्रश्न विचारले त्यांनी... नंतर सतीशला थांबायला सांगून त्यांनी आम्हा दोघींना बाहेर पाठविलं होतं. "खूप नाजूक मन:स्थिती आहे तुमच्या मिसेसची. थोडक्यात वाचल्या त्या. डिप्रेशनच्या टोकाला गेलेल्या काही स्त्रियांनी आत्महत्याही केल्या आहेत. त्यांच्यावर सतत लक्ष ठेवायला हवं काही दिवस."

डॉक्टरांची ट्रीटमेंट सुरू झाली. त्याचवेळी मीसुद्धा एकीकडे Bach Flower Theraphy सुरू केली. चेरीप्लम... आत्महत्या करण्याने प्रश्न अधिक गुंतागुंतीचे होतील याची जाणीव करून देऊन त्या विचारापासून परावृत्त करण्याचे बहुमोल कार्य चेरीप्लम करते. तशा दोन-तीन केसेस पूर्वी या माझ्या उपचारांचा फायदा घेऊन बऱ्याही झाल्या होत्या.

आम्हा सर्वांच्या सुदैवाने पेशंटने सहकार्याची भूमिका घेतल्याने निरुपमाची रिकव्हरी जलद होऊ लागली. सतीशनं तर महिनाभर रजाच घेतली होती. मीही माझं क्लिनिक सांभाळून शक्य तेवढी मदत करायची.

निरूमध्ये सुधारणा होत असताना एका सेशनमध्ये डॉक्टरांनी सांगितलं होत, "emotional insecurity, menopause, empty nest syndrome याहून महत्त्वाचं म्हणजे identity crisis नं पछाडल्या आहेत त्या... त्यामुळे स्वत:विषयी अत्यंत low self esteem बाळगलं आहे त्यांनी. त्यांना यातून बाहेर काढायचं कठीण काम तुम्हाला करावं लागेल. तेव्हा त्यांच्यातले कलागुण हेरा आणि ज्यातून त्यांना काही कमाई होईल असा व्यवसाय सुचवा."

त्या क्षणी मला आठवली सुमन... सतीशची धाकटी बहीण. जन्मभर आपल्या या नाकर्त्या (म्हणजे न मिळवत्या) वहिनीला ती टोचून बोलत आली होती... केवळ संबंध बिघडायला नकोत भावा-बहिणीतले म्हणून निरू ती सगळी बोलणी सोसतही आली होती. त्याच अकर्तेपणाच्या भावनेनं तर मूळ नव्हतं नं धरलं?

निरुपमा पूर्ण बरी झाली त्या दिवशी डॉक्टरांनी तिला सल्ला दिला, "पौष्टिक खा, व्यायाम करा... व्यायामाने हार्मोनच्या उपचारांसारखाच फायदा होतो, मनाची प्रसन्नता वाढते. त्यामुळे दररोज अर्धा तास तरी चालत जा आणि सर्वांत महत्त्वाचं म्हणजे जीवन कसं सुंदर बनेल ते बघा."

पुढचा पंधरवडा माझ्याकडे तिघांच्या चर्चा रंगू लागल्या. तिघं म्हणजे अर्थातच मी, सतीश आणि असीम. भरतकामाचे क्लासेस घ्यावेत की इकेबानाचे यावर वाद रंगू लागले; पण तेही मागे पडलं. निरूने बाहेर पडायला हवं, चारचौघात मिसळायला हवं आणि तो व्यवसाय तिच्या आवडीचाही हवा. कोणता बरं...?

"युरेका..." असीम excite होऊन ओरडला. "बाबा, आत्या, आयडिया! आईला पार्टी उत्तम अ‍ॅरेंज करता येते हे तर तुम्हाला माहीतच आहे." "हो तर, आपल्या वर्तुळात तर सगळे नातेवाईक तिलाच बोलावत असतात मदतीला, मार्गदर्शनाला." सतीश आनंदाने उद्गारला. "मग ठरलं तर... अशीच एखादी पार्टी तिच्यावर सोपवायची; मात्र हा व्यवसाय म्हणून सुरू करतीय याचा तिला थांगपत्ता लागू द्यायचा नाही."

"हो, नाहीतर उगीचच नर्व्हस व्हायची ती. चला तर मग, ठरलं?"
"येस... अगदी पक्कं."

सदिच्छांना ईश्वराचे आशीर्वाद मिळाले की कामंही झटपट होतात याचा प्रत्यय मला आला. हे मद्रास आय.आय.टी.ला असताना तिथला त्यांचा मित्र पुण्यात बदली होऊन आला होता. नवीन ओळखी व्हाव्यात, मित्र जोडावेत या हेतूने त्याने आपल्या मुलीचा सातवा वाढदिवस मोठ्या थाटात करायचं ठरवलं. साहजिकच पार्टी डेकोरेटर शोधायचं काम आमच्याकडे आलं.

मग वेळ न दवडता मी निरूला फोन केला. "निरू, अगं यांचा मित्र सदाशिवन् इथे ट्रान्स्फरवर आलाय. फारशा ओळखी नाहीत त्यांच्या इथे. त्यांच्या मुलीचा बर्थडे मोठ्या प्रमाणात करायचा आहे. तू करशील का गं मदत?"

"मी... पण त्यांना चालेल का?"

"अगं, न चालायला काय झालं आणि तू एक्सपर्ट आहेस या

कामात. मग काय सांगू त्यांना?"

"आत्या, जमेल का हो मला? नाही, म्हणजे..."

"Fear not... हिंमत ए मर्दा तो मदद ए खुदा. लवकर निर्णय सांग तुझा. आम्ही आहोत तुझ्या पाठीशी." मी फोन ठेवून दिला.

सिंड्रेला थिम घेऊन केलेली ती पार्टी लहानांपासून मोठ्यांपर्यंत सगळ्यांनाच खूश करून गेली.

"And the Party was a grand success! तिचं वेगळेपण जाणवत होतं. फिकट निळसर स्टॉक पेपरला बग्गीचा किंवा जादुई छडीचा आकार दिलेला... त्यावर चमकी शिंपडलेली.

पार्टीचं टेबल गुलाबी टेबलक्लॉथनं सजवलेलं, त्याला मॅचिंग प्लेट्स, नॅपकिन्स. मधोमध निळ्या, गुलाबी कँडीज, मणी विखुरलेले... राजमहालाच्या आकाराचा केक बनविलेला. वेदवतीला स्पेशली डिझाइन केलेला सिंड्रेला ड्रेस आणि अलंकार घातलेले.

झिरमिळ्या, फुगे, याचबरोबर भिंती सिंड्रेलाच्या त्या जादुई नगरीच्या चित्रांनी सजविलेल्या. सिंड्रेलाच्या साउन्ड-ट्रॅकवर मुलींचा नाच... घड्याळात टोले पडले की मुलींनी स्तब्ध उभं राहायचं, त्या कहाणीतली व्यक्तिचित्रं ओळखायची, असे विविध गेम्स होते. पार्टी फ्रेवर्समध्ये एका प्लॅस्टिक शूमध्ये स्टिकर्स, छोटंसं सिंड्रेलाचं पुस्तक, छोट्या बाहुल्या, इअररिंग्ज असे विविध आयटेम्स. मुली नुसत्या हरखून गेल्या. एकदम वेगळी पार्टी झाली ती.

दुसऱ्या दिवशी मि. सदाशिवन्ना घेऊन सतीशकडे गेले होते. पार्टीच्या संयोजनाची निरूची पद्धत फारच आवडली होती त्यांना. तिच्या हातात तो चेक ठेवल्यावर निरूला काही अर्थबोधच होईना... "हे काय नवीन? अहो, मी काही हे पैशासाठी नाही केलं." "तो तुमचा मोठेपणा; पण लक्ष्मीला नाही म्हणू नका. प्लीज, ॲक्सेप्ट इट." मि. सदाशिवन् म्हणाले. "तुम्हाला माहीत नाही, ही पार्टी झाल्यावर वेदवतीचा भाव काय वधारलाय क्लासमध्ये."

"काँग्रॅच्युलेशन्स ॲन्ड सेलिब्रेशन्स!" असीमने चेकवरचा घसघशीत आकडा पाहिला आणि तो हर्षभरीत झाला. "निरू, अगं सांगायचं राहिलंच... उद्या माझ्या ऑफिसमध्ये कानविंदे... त्यांच्या मुलाचा पहिला वाढदिवस आहे. ते दोघं तुझ्याकडे विचारायला येणार आहेत.

आहेस नं तू घरी?'' इति सतीश.

''छान, बाकी मार्केटिंगचाच माणूस तू. ते तंत्र छानच सांभाळतोयस.'' मी म्हटलं.

''म्हणजे, सतीश, आत्या, असीम हा तुमचा प्लॅन होता?'' विचारताना निरूच्या डोळ्यांत पाणी तरारलं.

''आणि मी फायनान्स बघणार.'' असीमच्या या वाक्यावर निरू पण हसू लागली.

ही तर केवळ सुरुवात होती. बघता बघता निरुपमाचं नाव या क्षेत्रात प्रसिद्ध झालं. आज तिच्या हाताखाली चार-पाच जण काम करताहेत. लवकरच ऑफिससाठी स्वतंत्र जागा घ्यायचे मनसुबे चाललेत.

आई-बाबांना स्वित्झर्लंडला पाठवायची कल्पना असीमचीच. कौतुक वाटतं त्या पोराचं. अमेरिकेत एम.एस.चं शिक्षण संपत असतानाच त्याला सोन्यासारखी नोकरी चालून आलेली... पण आईच्या आजारपणाविषयी कळताच तिच्यावर पाणी सोडून धावत आला तो. त्या विचित्र आजाराचं स्वरूप पाहून ते हळवं पोर ढसाढसा रडलं होतं... पण नंतर तितक्याच खंबीरपणे उभा राहिला तो... वडिलांबरोबर सामना करायला त्या व्याधीचा. एका स्त्रीला सांभाळून घेताना दोघा पुरुषांनी दाखविलेला समजूतदारपणा, मनाचा संयम...खरंच अनमोल होता.

कठीणच होतं त्यांच्या दृष्टीनं ते. चकाचक चित्रातल्यासारखं देखणं घर पाहायची सवय झालेली... त्याचे रंग विस्कटलेले. इतके दिवस रुमालापर्यंत सगळं आयतं हातात मिळत होतं, आता तर घरच वादळात सापडलं होतं... त्यातून सुरक्षित बाहेर पडणं सोपं काम नव्हतंच. प्रसंगी सहनशीलतेची परिसीमा गाठली जाई. कुरबुरी होत. बापलेकात खटके उडत; पण निरूपर्यंत यातलं काही जाऊ दिलं नाही दोघांनी. पुन्हा एकदिलाने उभे राहिले दोघं. निरूला तिचं अस्तित्व मिळवून द्यायला, तिला सावरायला!

◆

(विपुलश्री, ऑगस्ट २००८)

It was a hectic day. क्लाएन्टला पॉवर पॉइन्ट प्रेझेन्टेशन. दुसऱ्या क्लाएन्टला FDA approval च्या सबमिशनपूर्वी काही स्पष्टीकरणे हवी होती त्या संदर्भात टेलिकॉन्फरन्स, नंतर क्लिनिकल रिसर्च हेड गुप्ते मॅडमबरोबर मीटिंग आणि रूटीन वर्क. अरुणा घरी आली तेव्हा रात्रीचे ११ वाजून गेले होते. गाडी लॉक करून रमण बॅग आणि चावी द्यायला वर आला. "मॅडम, उद्याच्या दिवशी फक्त सांभाळून घ्या. परवापासून नितीन यायला लागेल." "पण काय रे, खरंच रिलाएबल आहे नं हा तुझा नितीन? एकूणच त्याच्या सवयी वगैरे...." अरुणाने वाक्य अर्धवटच सोडलं. "मॅडम, ती काळजीच नको. एकदम प्रामाणिक, निर्व्यसनी आहे पोरगा." "ओके आणि हे पैसे ठेव थोडे. असावेत जवळ. इतक्या लांबचा प्रवास. शिवाय आईच्या ट्रीटमेंटसाठी लागतीलच नं थोडेफार, घे." असं म्हणून अरुणाने त्याच्या हातावर नोटा ठेवल्या. "थँक्यू मॅम, गुड नाइट. येतो मी." असं म्हणून रमण निघून गेला. दार लावून अरुणा आत आली. बेडरूममधला टी.व्ही. चालू ठेवून संजय झोपलेला. नेहमीसारखाच.

नचिकेत, आबा दोघांना गाढ झोप लागली होती. नचूची सकाळची शाळा आणि आबांची पूर्वापार चालत आलेली

एका वादळाची वाट

सवय दहाच्या ठोक्याला अंथरुणावर पडायचं... मग झोप येवो न येवो. आई मात्र जाग्याच होत्या. त्यांनी विचारलं. "जेवायचं का? थोडासा दहीभात खाणार का?" टचकन पाणी आलं अरुणाच्या डोळ्यांत. किती प्रेमानं करतायत आई! आपला प्रपंच त्याच सांभाळताहेत-कसलीही तक्रार न करता, हसतमुखाने. तोच ओलावा, तीच माया स्वरांत झिरपते त्यांच्या. खरंच, त्यांच्या जिवावरच आपण करिअर करू शकतोय. "नको आई, तिथे मीटिंगमध्ये स्नॅक्स, ज्यूस असं भरपूर काय काय झालंय. अजिबात भूक नाहीये मला. अगदी दहीभातालासुद्धा जागा नाही पोटात. झोपा तुम्ही." "बरं, झोप आता तूही," आई हसून म्हणाल्या. दहीभात म्हणजे अरुणाचा ऑल टाइम फेव्हरिट! अगदी इंटरनॅशनल फ्लाइटवरून रात्री १ वाजता घरी परतल्यावरसुद्धा तिने चार घास खाल्लेले. अरुणालाही ते आठवलं अन् तीही हसली.

हातपाय धुऊन, कपडे बदलून अरुणा अंथरुणावर पडली. कधी एकदा पाठ टेकतीये असं झालं होतं. दिवसभराच्या धावपळीने अंग आंबलं होतं; पण कामाचं स्वरूपच तसं होतं, त्याला काय करणार. ९ ते ५ अशा आठ तासांच्या नोकरीपेक्षा कितीतरी अधिक डिमांडिंग जॉब. कोणतंही औषध बाजारात येण्यापूर्वी त्याच्यावर संशोधन केलं जातं. अशा संशोधन करणाऱ्या संस्थांपैकी ही एक जगप्रसिद्ध संस्था. युरोप, अमेरिकेत त्यांची ऑफिसेस असल्याने वेगवेगळे टाइम झोन्स आणि त्यामुळे महिन्यातून १५-२० दिवस होणारा उशीर ही नित्याचीच बाब. शिवाय जबाबदारीचे पद असल्याने अरुणा क्वचित ७ वाजता घरी गेली तर "आई, आज इतक्या लवकर?" हा नचिकेतचा प्रश्न असे.

'एका लाइफ-सेव्हिंग ड्रगची ट्रायल सध्या चालू होती. रिझल्ट्स चांगले येत होते. लवकरच हे औषध बाजारात येईल आणि या दुर्धर रोगाने ग्रासलेल्या रुग्णांना मोठाच दिलासा मिळेल.' विचारांच्या नादात डोळे कधी मिटले कळलंच नाही. नेहमीसारखी साडेपाचला जाग आणून दिली अव्याहत टिकटिकणाऱ्या बायो-क्लॉकने. अरुणा उठून किचनमध्ये आली. चहाचं आधण चढवलं. एव्हाना आई-आबाही जागे झाले होते. नचिकेतला सॅन्डविचेसचा डबा भरून दिला. आज शनिवार, ऑफिसला सुट्टी होती तरी थोडावेळ जाऊन यायचं होतं. माय गॉड! आज नचूच्या शाळेत पालक सभा आहे विसरलेच होते. तिथे ३ वाजता बोलावलंय

आणि आपल्याला जायचंय २ वाजता! डेटा मॅनेजमेंट सेक्शनमध्ये काही नेमणुका करायच्या आहेत. त्याचे फायनल इंटरव्ह्यूज होणार आहेत. कसं काय जमणार आहे आपल्याला? "संजय, अरे आज नचूच्या शाळेत पेरेन्ट्स मीटिंग आहे दुपारी. तू जाशील का प्लीज?" अरुणाने आर्जव केलं. "का, तू घरीच आहेस नं आज? तू जा की!" संजयने आपल्या स्वरातली नाराजी मुळीच लपवली नाही. "अरे, मी जाणारच होते; पण दुपारी २नंतर नेमके इंटरव्ह्यूज् सुरू होतायत. आणि मी पॅनेलवर आहे म्हणजे मला गेलंच पाहिजे नं!" "ठीक आहे. मी करतो मॅनेज. वरी नॉट; पण तोपर्यंत माझी महत्त्वाची कामं उरकून घेतो. चालेल नं मादाम?" संजयने चेष्टा केली. "अवश्य, पण मीटिंगची वेळ लक्षात ठेव म्हणजे झालं." इति अरुणा. "अरुणा, अग आज-उद्याकडे सामान आणून टाका हं." चहाची दुसरी राउंड घेता घेता आईंनी आठवण करून दिली. "हो आई, ७ वाजेपर्यंत मी येतेच आहे. आल्यावर जाऊ आम्ही दोघं." पुन्हा एकदा अरुणाच्या मनात आलं, जवळजवळ रोजच आपण १०-१२ तास बाहेर असतो. किती शांतपणे आई राबत असतात आणि असं एखाद्या शनिवारी अगदी थोडा वेळ जायचं म्हटलं तरी चार-सहा तास खर्च होतातच आपले. तरीसुद्धा केवढं कौतुक आहे, आपलं त्यांना. आपण मात्र वीक एन्डलाही त्यांचा भार हलका करू शकत नाही, या विचाराने तर अरुणाला अजूनच अपराधी वाटलं.

मग तो दिवस तसा गडबडीत गेला. मुलाखती आटोपेतो ६ वाजले. घरी येईपर्यंत ७,८. तसेच डी-मार्टला खरेदीसाठी पळाले; मात्र रविवारी सकाळी सकाळी आईंच्या हातात किशोरी आमोणकरांच्या मैफिलीची दोन तिकिटं ठेवली तेव्हा आईंच्या नेत्रांत निरांजनं तेवली. आनंद, आश्चर्य, सुनेचा अभिमान.... सारे भाव त्या दोन क्षणांत उमटले आईंच्या चर्येवर! मग ही बातमी मजल्यावर पसरायला तर मुळीच वेळ नाही लागला. आईंच्या सुरात सूर मिसळत मग शेजारच्या रमाकाकूंनी "इतक्या मोठ्या पदावर आहे तरी किती समंजस, निगर्वी आहे तुमची सून! नाहीतर आमच्याकडे...." असं म्हणत आपल्या सुनेचा उद्धार केला होता.

सहा महिन्यांपूर्वी अहमदाबादच्या विख्यात मॅनेजमेन्ट इन्स्टिट्यूटमधून

इंटरपर्सनल रिलेशनचा क्रॅश कोर्स करून आली तेव्हाच अरुणाच्या या पदोन्नतीचं सूतोवाच झालं होतं. आय.आय.टी.ची डॉक्टरेट मिळवून ती इथे आली त्याला चार-पाच वर्षं झाली. सीनिअर क्लिनिकल रिसर्च असोसिएट, प्रोजेक्ट को- ऑर्डिनेटर, टीम लीडर आणि आता ग्लोबल टीम लीडर असा येथवरचा प्रवास. तिच्या हुशारीचं पुरेपूर चीज कंपनीनं केलं होतं. मोबाइल फोन, लॅपटॉप आणि आता शोफर ड्रिव्हन कार अशा चढत्या क्रमाने पर्क्स आणि अर्थातच लठ्ठ पगार.

आयुष्य असं भरभरून देत असतानाच तो प्रसंग घडला. अन् धावत्या चक्राला खीळ बसावी अन् ते जागच्याजागी गरगरत राहावं तसं झालं. एक-दोन महिने झाले असतील या गोष्टीला. रक्ताच्या विकाराबाबत तयार केलेल्या एका औषधाची चाचणी शहरातल्या सुप्रसिद्ध हॉस्पिटलमध्ये चालू होती. दुपारी १ वाजता उदयचा फोन, "मॅडम, तुम्हाला अर्जन्टली भेटायचंय, येऊ का?" अरुणाला आश्चर्य वाटलं. "उदय, तू तर आता तिकडे हवास. आत्ता आहेस कुठे?" "आपल्या ऑफिसच्या गेटपाशी. प्लीज मॅडम. स्पेअर सम मिनिट्स फॉर मी." आवाज थोडा उत्तेजित, घाबरल्यासारखा. "ये ये... मी वाट पाहतेय." अक्षरशः तिसऱ्या मिनिटाला उदय अरुणाच्या केबिनमध्ये होता.... अस्वस्थ, भयभीत चेहरा. त्याला बळेबळे कॉफी प्यायला लावली अरुणाने. उदय थोडासा रिलॅक्स झाला तशी तिने सुरुवात केली. "बोल आता. काहीतरी गंभीर प्रकरण आहे, हो नं? सगळं मोकळेपणाने सांग. मुळीच घाबरू नकोस." "अं... आपल्या औषधाच्या ट्रायल्स चालू आहेत नं त्या रुग्णालयात.....तिथे..." "अरे बोल बाबा. काय झालं तिथे? नीट सांग नं. Stop beating around the bush." अरुणाने दम दिला तेव्हा मात्र तो घडाघडा बोलू लागला. ऐकता ऐकता अरुणाचा चेहराही विलक्षण गंभीर झाला. कळलं ते सगळं अविश्वसनीय, भयंकर होतं. टीम लीडर अर्पिता सीनिअर सी.आर.ए.वर प्रेशर आणत होती आणि इन टर्न उदयवर. उदय नुकताच सीआरए म्हणून जॉइन झालेला. आणि याहून धक्कादायक म्हणजे ज्या रुग्णावर ही चाचणी चालू होती त्यालाही दोन-चार दिवस ताप येत होता. तो पण बिचारा "तुझ्या प्रकृतीत सुधारणा झालीये. तुला बरं वाटतंय असं लिहून दे." असं दडपण आल्यावर घाबरला. हे म्हणजे मॅनिप्युलेट करणं होतं.

काही लाख रुपयांच्या मोबदल्यात ती फार्मास्यूटिकल कंपनी रुग्णांच्या जिवाशी खेळू पाहत होती आणि याहून वाईट म्हणजे अरुणाची 'आपली माणसं' यात सहजपणे विकली जात होती. यांना काय वाटलं, भारतातले पेशंट्स 'गिनी पिग' आहेत? नो वे. "ताबडतोब भगवती मॅडमना कळवते. तू सावध राहा आणि सतत माझ्या संपर्कात राहा." अरुणाकडून असा दिलासा मिळाला तेव्हा उदयच्या छातीवरचं मणामणाचं ओझं हलकं झाल्यासारखं वाटलं त्याला.

क्रोधाने धुमसतच अरुणाने भगवती मॅडमना फोन केला. त्या क्लिनिकल रिसर्चच्या व्हीपी. "मॅम....एक फार अर्जन्ट मॅटर आहे आणि मला तुम्हाला या क्षणी भेटायचंय. फोनवर नाही सांगू शकत तुम्हाला." अरुणाच्या स्वरातली निकड जाणवून मॅडमनी तिला तात्काळ त्यांच्या ऑफिसमध्ये बोलावलं.

सगळं प्रकरण ऐकून घेतल्यावर सीनिअर्सची मीटिंग होऊन अर्पिताला सस्पेन्ड करण्यात आलं. पुढील चौकशीचे आदेश देण्यात आले.

त्याआधीही परफेक्शनिस्ट अरुणानं Go Slowचं धोरण स्वीकारलेल्या एका कलीगचा मनमानीपणा मोडून काढला होता. अगदी स्पष्ट शब्दांत. "यापुढेही तू असाच वागत राहिलास तर तुला मेमो देईन" अशी तंबी दिली होती.

आता सारं निवळलं असं अरुणाला वाटत होतं; पण ते किती चुकीचं होतं, याचं प्रत्यंतर तिला लगेच आलं. किंबहुना, पुढील अध्यायाची ती नांदीच होती. हॉस्पिटलच्या प्रसंगानंतर तर उघडउघड आगीत तेल ओतलं गेलं. जणू तिचे सहकारी निमित्ताची वाटच पाहात होते. ते बिथरले आणि सुरू झाला सायलेन्ट ट्रीटमेंटचा जीवघेणा अंक. अरुणाला स्वच्छ ऐकू जाईल याची काळजी घेत शेरेबाजी करणं, तिच्याशी कामापुरताच संवाद साधणं, उर्मट उत्तरं देणं, ती आल्यावर स्विच ऑफ केल्यासारखं गप्पा बंद करणं....सारं अरुणाच्या लक्षात येत होतंच.

आपल्याबरोबर लंचब्रेकमध्ये डबा शेअर करणारी, चहा-कॉफी घेताना हास्यविनोद करणारी, आदितीबरोबर प्रियाच्या लग्नासाठी सुरेख गिफ्ट आणायला पाय तुटेपर्यंत दुकानं धुंडाळणारी, वर्षासहलीत 'मल्हार' गीत गाणारी अरुणा बघता बघता कित्येक योजनं पुढे निघून गेली

होती; पण यश एका हातात मावेनासं झालं, की ओंजळ भरून जाते ती त्याआधी दुसऱ्या हातातलं कौतुक निसटून जातं तेव्हाच! आता राहिला होता केवळ मत्सर, असूया आणि त्यापोटी घडणारं कॉर्पोरेट ऑस्ट्रॅसिझमचं नाट्य! एखाद्याला वाळीत टाकणारं, वर्तुळातून बाहेर फेकून देणारं!

त्या दिवशी अरुणा ऑफिसमध्ये आली ती मोठ्या खुशीतच pharmacovigilance वरचा पेपर नुकताच एका आंतरराष्ट्रीय दर्जाच्या रिसर्चला वाहिलेल्या मासिकामध्ये छापून आला होता आणि खूप प्रशंसा मिळवली होती त्या लेखानं! "गुड मॉर्निंग एव्हरीबडी," तिने आल्या आल्या विश केलं सगळ्यांना; पण कुणीच रिस्पॉन्स दिला नाही. आदितीने तर मानच फिरवली. वृषाली-समीरचे शब्द ऐकू आले, "आयला, काही माणसं कारनं येतात तरी उशीर कसा होतो त्यांना!" "काय फरक पडतोय. मोठ्या लोकांना सारंच माफ. त्यातून देवी भगवतीची कृपा असल्यावर तर..." वृषाली. आणि मग मिसेस भगवती व अरुणाच्या घनिष्ट संबंधावर खमंग चर्चा...मोठ्यांदा हसणं...त्या हसण्यात आदितीही सामील झाली.

शर्थीनं अरुणानं स्वत:ला सावरलं. डोळ्यांतले अश्रू अन् गळ्यातला हुंदका थोपवताना तिची प्रचंड घुसमट झाली होती.

अरुणाला आठवलं, याच आदितीला ती इथे नवखी असताना आपण किती सांभाळून घेतलं होतं. सांगलीहून आलेली. बुद्धीने कुशाग्र; पण या महानगरीत बावरून गेलेली. जागोजागी चुका करायची. तिला आपण धीर दिला. दोन-चार वर्षांत सीनिअर सीआरए झाली आणि आज...? Why So? हे सगळे माझ्याशी असे शत्रुत्वाने का वागताहेत? आपली गुणवत्ता, आपली प्रमोशन्स ही अशी कुणाच्या तिरस्काराला, द्वेषाला कशी काय कारणीभूत होतात?

संवाद हरवला की कुठलंही प्रवाही नातं गोठतं. आजकाल ऑफिसमध्ये येऊन सहकाऱ्यांचे आंबट चेहरे बघणंही अरुणाच्या जिवावर येत होतं. दिशा कोंडल्यासारखं झालं होतं. मार्ग दिसत नव्हता. एकेकाळचा हा मित्रपरिवार आज आपल्याला पाण्यात पाहतोय, त्यांच्या ग्रुपमधून आपण केव्हाच हद्दपार झालोय! no more belong to 'my group' ही भावनाच एवढी मानसिक खच्चीकरण करणारी होती. यावर उपाय....?

एच.आर.कडे दाद मागायची आणि पुरावे काय द्यायचे? शिवाय ते सहा विरुद्ध मी एकटी...दुर्लक्ष तरी किती करायचं?

अरुणा हवालदिल झाली. तिचा आत्मविश्वास लोपत चालला. तिच्या आत्म- सन्मानालाच ठेच लागली होती. याचे दृश्य परिणाम तिच्या कार्यक्षमतेवरही दिसू लागले. आपण हे काम करू शकू का, याविषयी मनात संभ्रम दाटू लागला. साध्या साध्या गोष्टींतले निर्णय घेताना गोंधळ माजू लागला. कुठे टूरला जायचं तर तिला भयंकर टेन्शन येई. आपल्या पाठीमागे कामं नीट पार पडतील नं? की त्यातही ही मंडळी मुद्दाम चुका करून ठेवतील? नुसते विचार....सुन्न करणारे आणि यातून उपटलेली अर्धशिशी.

त्या दिवशी अशीच थकूनभागून अरुणा घरी आली. डोकं ठण्ठण् दुखत होतं. चहाबरोबर गोळी घेतली. तासभर पडून राहिली तरी बरं वाटेना. आईंच्या आग्रहास्तव चार घास खाल्ले आणि हॉलमध्ये येऊन बसली. पाठोपाठ नचिकेत आलाच. हातात रिपोर्ट कार्ड. ''काय रे, किती पर्सेन्ट मिळाले या युनिट टेस्टला?'' बोलता बोलता झरझर नजर फिरवली. ''गणितात २० पैकी १२? इंग्रजीमध्ये तर १०च. छान! फारच चांगले मार्क्स मिळवलेत आपण. वाटलं होतं, दहावीत आलात, आता तरी अभ्यास कराल. आत्ताच हे मार्क्स. पुढे बोर्डाच्या परीक्षेत काय दिवे लावाल ते दिसतंच आहे.'' किती वेळ तोंडाचा पट्टा चालत राहिला. शेवटी आई मध्ये पडल्या. ''बस कर अरुणा. अगं, किती बोलशील त्याला. तू मात्र एक गोष्ट विसरलेली दिसतीयेस. नचूला ताप आला होता. तसेच त्याने शेवटचे पेपर्स दिलेत. पुढच्या परीक्षेत भरून काढेल नं तो!''

त्या रात्री नचिकेत झोपल्यावर आबांनी अरुणा, संजयला हॉलमधे बोलावलं. एचआर मॅनेजर म्हणून ते निवृत्त झालेले, त्यामुळे माणसांचा अनुभव दांडगा. ''अरुणा, खरं सांग "Are you facing some problem in the office?" त्या डायरेक्ट प्रश्नाने अरुणा अचंबित. ''मी पण हेच विचारलं होतं तुला काही दिवसांपूर्वी, तेव्हा तू मोघमच बोलली होतीस.'' आईंच्या नजरेतून काही सुटणं अशक्यच होतं. मग अरुणा इतके दिवस मनात साचलेलं मोकळं करत गेली. "Can't believe" इतकंच बोलून संजय गप्प झाला. ''अगं, किती सोसत होतीस एकटीनं! हे असंच चालू

राहिलं असतं नं आणखीन् काही दिवस तर I fear you could have slipped into depression." संजयने विचारलं, "एचआर हेडना का नाही भेटलीस?" "भेटले नं. हो- नाही करता करता सांगितलं त्यांना, सहकारी कामं करत नाहीत, सहकार्य देत नाहीत. ते काय म्हणाले माहितीये... 'सरप्राईजिंग.....तुम्ही एवढ्या इंटरपर्सनल रिलेशन्सचा कोर्स करून आलात...तुम्हाला सर्व तऱ्हेच्या माणसांशी डील करता आलं पाहिजे. एनी वे, तुम्ही लिहून द्या. मग मी बघतो काय ते.' असं म्हणत छद्मी हसले ते." "अरुणा, अगं दुबळ्या प्राण्याला एकटं पाडण्याची ही वृत्ती जनावरांमध्ये आली ती स्वबचावासाठी; पण माणसाला बुद्धीचं वरदान आहे नं.....कालपर्यंत त्यांचा सहकारी असलेला आज त्यांच्या पुढे निघून गेला तर त्यांचा इगो कुठेतरी दुखावतो आणि त्या असुरक्षिततेतून हा 'सायलेन्ट किलर'चा असुर जन्माला येतो. तुला माहितीये? परदेशात एक असाच सिन्सिअर माणूस पन्नाशीच्या आसपासचा ...काही कारण नसताना असाच सायलेन्ट किलरचा बळी ठरला. कुणी त्याच्याशी बोलत नसे, खड्यासारखा वगळला होता त्याला. अन् एक दिवस तो टेबलावर डोकं टेकून झोपला...जस्ट नो बडी बॉदर्ड....२४ तासांनी तेथील वॉचमनच्या लक्षात आलं ही वॉज डेड!" "बाप रे, नुसतं ऐकूनच शहारा आला अंगावर. माणूस तर जनावरापेक्षा क्रूर असतो कित्येकवेळा!" आई उद्गारल्या. "so quit the job. आणि लक्षात घे, यात तुझा पराभव वगैरे काही नाही. आत्मसंरक्षण करणं ही मनुष्याची पहिली प्रायॉरिटी असते. तशी ती असायला हवी. सिर सलामत तो पगडी पचास. बघ विचारून स्वत:लाच."

"अरुणा, नशीब बलवत्तर म्हणून वेळीच हे लक्षात आलं. नाहीतर मेन्टल रेक झाली असतीस. तेव्हा ताबडतोब सोडून दे हा जॉब. तुला कुठेही याहून दुसरा चांगला जॉब मिळेल." संजय. "दुसरीकडे असेच अनुभव आले तर ...." "अरुणा, अगं विश्वास जागा ठेव माणुसकीवरचा, चांगुलपणावरचा, मैत्रीवरचा. तो नाही हरवलास तर सुंदर समाज निर्माण करशील हा माझा शब्द आहे."

"काही दिवस हवा तर कॉलेजमध्ये टीचिंग जॉब घे. मुलांच्या सहवासात तुझं मनही रमेल आणि फ्रेशही होशील." आईंनी मौलिक सल्ला दिला.

"मी थोडं बोलू का?" बापूमामांनी विचारलं. हे आईंचे कर्नल भाऊ. आईंनी मूक संमती दिली तेव्हा ते बोलू लागले, "सुमन, अरुणा, हा चक्क तुमचा पलायनवाद झाला. खरं सांगायचं तर अरुणा, यू आर लॉक्ड इन अ कार्मिक इक्वेशन. अगं, हाडाचा सैनिक आहे मी. आर्मीतलं आयुष्य जवळून पाहिलंय मी. तेव्हा माझा तुला कळकळीचा सल्ला आहे, better go thro' this rather than end it artificially. आयुष्यातला हा मोलाचा धडा शिकल्याशिवाय तुझी सुटका नाही. आपला आत्मसन्मान न गमावता अशा अपमानास्पद प्रसंगांना सामोरं जायला हवं तुला. सो डोन्ट रिॲक्ट, प्रो-ॲक्ट. Develop the strength not to react. ही कठोर तपस्या तुझी तुलाच करायला हवी. बाकी आम्ही सगळे पाठीशी आहोतच. बघ, विचार कर. तू सुज्ञ आहेस."

आणि क्षण दोन क्षण थांबून त्यांनी समारोप केला. "चला, झोपा आता शांतपणे... बारा वाजून गेलेत. गुड नाइट." सगळेच उठले मग.

आबा-आई झोपायला गेले.

मनाने थोडी विसावलेली अरुणाही लहान मुलीसारखी झोपून गेली. तिच्या श्रांत मुद्रेकडे बघताना संजयला भडभडून आलं. त्यानं मायेनं तिच्या केसांवरून हात फिरवला आणि अंगावर पांघरूण घातलं.

सकाळी अरुणा जागी झाली ती पक्ष्यांच्या मधुर किलबिलाटानं. पहाटे कधीतरी वादळ झालं असावं. तिचा लाडका प्राजक्त...? धावतच ती खिडकीजवळ गेली. वाऱ्याने चार-पाच फांद्या भुईसपाट झाल्या होत्या. जमिनीवर फुलापानांचा खच पडला होता; पण प्राजक्त स्तब्ध उभा होता. वादळाशी निकराचा लढा देऊन त्याने आपलं अस्तित्व टिकवलं होतं.

'वादळं येतात तशी ओसरतातही. पुन्हा वसंत येतो. पुन्हा बहार येते. आपण या वाटेवरनं चालतच राहायचं, निर्भय, अशरण बनून; कारण आपला मार्ग सत्याचा आहे.'

चहा घेऊन येणाऱ्या संजयकडे बघून अरुणा हसली. 'गुड मॉर्निंग. मी विचार करतीये, इतक्यात राजीनामा देऊ नये. यशाचा आणि सत्याचा मार्ग निष्कंटक कधीच नसतो; पण मला आता माझी ताकद कळलीये. शिवाय तुमच्या सर्वांच्या सदिच्छा तर आहेतच. त्यांच्या बळावर मी नक्कीच यातून बाहेर येईन.

"संजय, गेले चार दिवस मी याचाच विचार करतीये. चार दुबळी माणसं विखारी हेतूनं एकत्र आली, की स्वत:ला समर्थ समजू लागतात आणि एकट्यादुकट्याला गाठून प्रहार करू बघतात; पण समोरच्याच्या क्षुद्रत्वाची जाणीव होते नं आपल्याला, तेव्हा तो फार खुजा वाटायला लागतो. इतका, की एक दिवस तो स्वत:च्याही नजरेतून उतरतो... मला खात्री आहे, एक दिवस त्यांना आपली चूक कळून येईल. आणि क्षमेत फार मोठं सामर्थ्य असतं असं तर आपले साधुसंत सांगतातच. मी ती ताकद कमावीन आणि त्या दिवसाची वाट पाहीन."

◆

(रोहिणी, मार्च २००८)

फ्रायडे इव्हिनिंग

"ए अनिता, उद्या येणारेस नं स्टुडंट्स ओरिएंटेशन नाइटला? आपण दोघी बरोबरच जाऊ. इथेच भेटू या शार्प ४ वाजता दुपारी. अनिता, काय झालं? एनिथिंग रॉंग?" अनिताचे डोळे भरून आलेले पाहिले तशी सँड्रा दचकली. आता आणखी काय...? बिचारी एवढे आघात सोसत आलीए गेल्या वर्ष-दीड वर्षात.

"सँड्रा, माझ्या इयानचा आज बर्थ डे आहे गं. आज असता तर वीस वर्षाचा झाला असता तो." अनिता मुसमुसत बोलली.

"आय ॲम सो सॉरी, अनिता... प्लीज, किती रडशील गं? तुला तर त्याचा अभिमान वाटायला हवा. दरोडेखोरांशी झुंज देताना तो एखाद्या शूर शिपायासारखा लढला. वीराचं मरण आलं त्याला. आपली आई अशी रडत बसलेली आवडेल का त्याला? चल, ऊठ बरं. डोळे पूस. आज मी पण येते तुझ्याबरोबर पबमध्ये; पण आधी जरा मार्केटमध्ये फेरफटका मारूया. मला फळं, भाज्या घ्यायच्या आहेत. चालेलं नं?"

"सँड्रा, थँक्स."

"उं हुं, अजिबात बोलू नकोस. जा पटकन फ्रेश हो. उशीर होतोय."

अनिता W.A.O.च्या हेल्थकेअर डिव्हिजनमधली ट्रेनर. मुलामुलींना फिजिओथेरपीचं शिक्षण देते ती.

शुक्रवारी संध्याकाळी ४-४।। झाले की बाकीचे कलिग्ज जेव्हा आपले शनिवार-रविवारचे प्लॅन्स मोठ्या उत्साहाने एकमेकांना ऐकवीत असतात, तेव्हा अनिता मुकाट्याने आपली पर्स उचलून निघालेली असते. अर्थात ट्रेनिंगच्या कार्यक्रमासाठी तीही कधी सिडनीला, कधी कॅनबेराला जात असते; पण ते वेगळं. एरवी ती इथेच ब्रिस्बेनच्या कॉलेजमध्ये शिकवत असते. कॉलेज चौथ्या मजल्यावर आणि W.A.O.चं हेडऑफिस चौदाव्या मजल्यावर.

तर सांगायचा मुद्दा, अनिताचे पाय आजकाल आपसूक एखाद्या पबकडे वळतात. शुक्रवारी संध्याकाळी विशेष करून. आपली दुःखं, वेदना, एकाकीपणा सारं काही ती त्या पेल्यात बुडवू पाहते. कालपर्यंत तीही आपल्या सहकाऱ्यांसारखीच लाइफ एन्जॉय करीत होती. आपले बेत इतरांना ऐकवत होती. आयुष्य कसं सोनेरी सूर्यप्रकाशासारखं उबदार होतं. भरभरून देत होतं.

आज मात्र वाट्याला आलंय एकटेपण. त्या घटनेनंतर तिचं आयुष्यच बदलून गेलंय.

अनिता-अलेक्सचा मुलगा इयान. एकुलता एक. १८ वर्षांचा, देखणा युवक. हसतमुख, कुणाच्याही मदतीला धावून जाणारा. नुकताच कॉलेजमध्ये गेलेला. मित्रमंडळी सिडनीला चालली होती कारनं. यूथ फेस्टिव्हलमध्ये त्यांच्या म्युझिकल ग्रुपचा कार्यक्रम होता. सळसळत्या उत्साहाने तयारी केली होती सगळी. अनितानेही त्याला हसत हसत निरोप दिला होता. त्यावेळी थोडंच माहिती होतं आता घरी परतून येईल तो इयान नसेल... असेल त्याचा मृतदेह?

फ्रीवेवर लुटारूंनी गाडी अडवली तेव्हा मार्क ड्रायव्हिंग करीत होता. त्याच्याकडे गाडीच्या किल्ल्या मागितल्यावर मार्कने नकार दिला तेव्हा ते तुटून पडले त्याच्यावर आणि आपल्या मित्राला वाचवू पाहणारा इयान त्यांच्या रोषाला बळी पडला. बाकीचे दोघं मित्र पळून गेले ते वाचले. मार्कही वाचला. किरकोळ जखमा आणि फ्रॅक्चरवर निभावलं; पण अनिताचं हे उमलतं फूल काळाच्या निष्ठुर पावलांखाली अकाली चिरडलं गेलं.

घरी आणलं तेव्हा कसा शांत झोपल्यासारखा दिसत होता. विश्वासच बसेना अनिताचा समोरच्या दृश्यावर. सुन्न-बधिर झाली ती. डोळ्यांत

टिपूस नाही, गळ्यात हुंदका नाही. नजर शून्यात लागलेली. त्याला जेव्हा उचलून नेऊ लागले तेव्हा मात्र टाहो फोडला तिनं.

अलेक्स परोपरीनं तिला सांभाळत होता. समजावत होता; पण डिप्रेशनच्या सीमेवर रेंगाळणारी अनिता त्या दुःखातून सावरतच नव्हती. अलेक्स सांगायचा, "अनिता, यातून बाहेर ये. काळ कुणासाठी थांबून राहत नाही." "Life goes on."

"What nonsense!"

अनिता खोडून काढायची त्याला. It's death that goes on. इयान आता उद्याला, पुढच्या वर्षी आणि सदैव मेलेलाच आहे. त्या गोष्टीला कुठे अंत आहे?

कंटाळून कधीतरी मग अलेक्सनंही साथ सोडली तिची आणि अनिता एकटी झाली. पूर्ण एकटी.

हे दुःखही कमी होतं म्हणून की काय इयानच्या मृत्यूनंतर वर्षभरात तिच्या डॅडी, मॉम आणि धाकटा भाऊ विल्यमलाही काळानं उचलून नेलं. तिच्याकडेच यायला निघाले होते सगळे. ख्रिसमस साजरा करायला. सिडने-ब्रिस्बेन हायवेवर कुणा मद्यप्याने त्यांची कार ठोकली. ती बाजूच्या झाडावर जाऊन आदळली होती. विल्यमचा जागीच मृत्यू झाला होता. डॅडी हॉस्पिटलमध्ये नेतानेताच गेले होते आणि मॉम १५ दिवस गंभीर अवस्थेत होती. शेवटी तीही गेली. तिच्या जाण्याने अनिता अगदी पोरकी झाली होती.

तेव्हा उद्ध्वस्त अनिताने आसरा शोधला तो पबचा. ऑस्ट्रेलियात 'पब कल्चर' अर्थातच सर्वमान्य आहे. आपल्याकडे चार मैत्रिणी कॉफी शॉपमध्ये जातात तशा तेथील स्त्रियाही कधीतरी पबमध्ये जातात. फ्रायडे इव्हिनिंग्ज अनिताच्या कलीग्जसाठी एक्सायटिंग असतीलही. अनिताच्या पोटात मात्र गोळा येतो. ऑफिस सुटायची वेळ झाली की, 'कुणासाठी घरी पळायचं इतक्या घाईघाईत? आहे कोण तिथं वाट पाहणारं? कसे जायचे हे दोन दिवस सुटीचे?' विचारांनीच शीण येतो तिला. अर्थात ऑफिसचा स्टाफ खूप सपोर्टिव्ह आहे. डेलिगेशन मीटिंग्ज, ट्रेनिंग प्रोग्रॅम्ससाठी बॉस तिला बरेचदा ब्रिस्बेनच्या बाहेर पाठवत असतो.... तेवढाच तिला जरा चेंज होईल या उद्देशाने.

"अनिता डिअर, लक्ष कुठेय तुझं? काय घेणार तू .... वाईन की

रम?'' सँड्रा विचारत होती. “अं, वाईन चालेल.'' अनिता पुटपुटली.

“उद्याचा ब्राईबी आयलंडचा कार्यक्रम काय आहे गं?'' एकदम आठवलं तिला.

“नथिंग डिफरंट, ओरिएंटेशन स्पीच, नंतर एकमेकांच्या ओळखी, डान्स, डिनर हाच..'' सँड्रा. मग थोड्याफार गप्पा झाल्या. ८ वाजून गेले तशा दोघी उठल्या. अनिताला घरी सोडून सँड्रा पुढे गेली.

ते दोन-तीन तास सँड्राच्या सहवासात कसे गेले कळलंच नाही; पण इतरांनाही त्यांची कामं असतात. घर-संसार असतो. त्यांचं छोटंसं जग असतं. कोण किती पुरं पडेल?

एलिझाबेथ स्ट्रीटच्या कॉर्नरवरचा तो पब. वीकएन्ड्सना अनिता हमखास भेटेल तिथे हे सगळ्यांना माहिती झालंय एव्हाना.

समोरचं कॉफी शॉप.... तिथे येणारे तरुण, तरुणी.... त्यांचं कलरफुल लाइफ, त्यांचं स्वप्नाळू जग.... त्यांचं हास्य, त्यांचा खळखळाट... या फ्रेंच विंडोच्या शेजारची ही खुर्ची पबमधले वेटर्ससुद्धा तिच्यासाठी राखून ठेवतात. टेबलावर वारुणीचा ग्लास.... फार नाही, एखाद दुसरा पेग घेते अनिता आणि शांतपणे त्या बाहेरच्या उत्फुल्ल यौवनाकडे बघत बसते आपल्या इयानला शोधत.

आज सँड्रा होती बरोबर. वाईनच्या जोडीला चिप्स, नट्स, चीज बॉल्स असं सटरफटर खाऊनच पोट भरलं होतं. घरी गेल्या गेल्या अनिता झोपून गेली.

जाग आली तेव्हा डोकं दुखत होतं. 'बाप रे, ८ वाजले! सगळी कामं पडलीएत. लाँड्री, घराचं व्हॅक्यूम क्लिनिंग, इस्त्री... आणि भूकही लागलीए जबरदस्त.' अनिता ताडकन उठून कामाला लागली. हेव्ही ब्रेकफास्ट केल्यावर जरा बरं वाटलं तिला. मग सगळं आवरून, लंचनंतर छोटीशी डुलकी घेऊन अगदी वेळेवर ती ऑफिसपाशी पोचली. पाठोपाठ सँड्रा आलीच. मग दीड-दोन तासांचा ड्राईव्ह आणि ब्राईबी आयलंड. त्या अवखळ तरुणाईच्या संगतीत, हिरव्या निसर्गाच्या सान्निध्यात अनिता रिलॅक्स झाली. छान गेला होता आजचा दिवस. इतकं ताजंतवानं वाटत होतं तिथून निघताना.

सँड्राला गुड नाइट करून अनिता घरात शिरली तेव्हा ११ वाजून गेले होते. कपडे बदलून झोपायला जाणार इतक्यात सेलफोन वाजला.

आत्ता यावेळी कोण असेल? धडधडत्या अंत:करणाने तिने 'हॅलो' म्हटलं. सिडनीहून विल्यमच्या शेजाऱ्यांचा; मेहतांचा फोन. "तुमची भाची हॉस्पिटलमध्ये ॲडमिट आहे. शी इज सीरिअस. लवकर निघा." अनिताचे तळवे घामेजले. "काय झालं रोझला? आणि लिझा कुठे आहे?" प्रश्नांची उत्तरे मिळायच्या आतच फोन डिसकनेक्ट झाला.

"किती विचित्र माणसं आहेत ही. धड माहितीसुद्धा देत नाहीत." अनिताच्या मनात आलं.

तिनं घड्याळात बघितलं. बाराकडे काटा झुकला होता. "या ऑड वेळेला फ्लाइटचं बुकिंग तरी मिळेल का? जाऊन बघूया. त्याआधी टॅक्सी बुक केली पाहिजे." अनिताने भराभर निर्णय घेतले. "पहाटे ५.५५चं पहिलं सिडनीचं फ्लाइट मिळालं तर छानच. नाहीतर बसून राहायचं." असं मनाशी योजून ती झोपायला गेली.

पहाटे ४॥लाच घर सोडलं. थंडी मी म्हणत होती. अभद्र विचार मनाला अस्वस्थ करीत होते. त्यात रात्रीचं जागरण म्हणून सीटवर बसल्या बसल्या तिनं एअरहोस्टेसला सांगून टाकलं, 'नो ज्यूसेस, नो चॉकलेट्स, नो कुकीज.. प्लीज डोन्ट डिस्टर्ब मी." आणि चक्क डोळे मिटून घेतले.

सिडनीला पोहोचली तेव्हा शहर नुकतंच जागं होत होतं. एअरपोर्टवर गरमागरम कॉफी घेतली आणि अनिता भावाकडे निघाली. घरापाशी आली तर घर बंद... लिझा कदाचित रोझजवळ असेल या विचारानं ती क्षणभर थबकली. शेजारी जावं का इतक्या सकाळी त्रास द्यायला, असंही मनात येऊन गेलं, इतक्यात कुंपणापलीकडून मिसेस मेहतांचीच हाक, "आलात? बरं झालं. या नं इकडेच. आपण घरात बसून बोलू. प्लीज या."

नंतर इलाबेनकडून कळलं ते सगळं भयंकर होतं.

सिंप्ली हॉरिबल! लिझाला कालच पोलिसांनी अटक केली होती. रोझ...? सिटी हॉस्पिटलमध्ये मृत्यूशी झगडत होती. दीड-दोन वर्षांच्या त्या कोवळ्या पोरीला रात्रभर खिडकीत उभं करून ठेवलं होतं तिच्या जन्मदात्या आईनं... हातपाय बांधलेले... तोंडात बोळा कोंबलेला. खिडकी उघडी-सिडनीचा विंटर.. लिझा घरातून गायब. विल्यम- नवरा गेल्यावर दोन-चार महिन्यांतच लिझाचं नव्या बॉयफ्रेंडबरोबर अफेअर

चालू होतं आणि या नव्या रिलेशनशिपमध्ये आपल्या मुलीची अडचण होत होती तिला. त्या रात्री बांधून ठेवली होती तेव्हा तर अंगावर फक्त एक फ्रॉक होता.

सकाळी चंदूभाईंना गार्डनिंग करताना ती दिसली, म्हणून लगेच त्यांनी धावपळ तरी केली. रोझची अवस्था वाईट होती. आता केवळ जीझसवर हवाला!

सारं ऐकून अनिताला रडूच कोसळलं. खूप रडली ती.... इयान गेला तेव्हा अशीच रडली होती... नंतर अश्रूच आटले होते.

"सॉरी, तुम्हाला खूप त्रास दिला आणि थँक्स फॉर एव्हरीथिंग. निघते मी आता." अनिता जायला उठली तशा इलाबेन पुढे झाल्या, "इफ यू डोन्ट माइंड, मी पण येते तुमच्याबरोबर." नकार देणं शक्यच नव्हतं, खरं तर अनितालाच या क्षणी त्यांच्या आधाराची नितांत गरज होती.

आयसीयूमध्ये ठेवलेल्या रोझला दुरूनच पाहता आलं. मग अनिताला तिथे फार वेळ बसवेना. बाहेर येऊन मार्कला फोन केला. सोमवारपासून तीन-चार दिवसांची रजा मागितली. रोझचं भवितव्य काय होतं कुणास ठाऊक; पण आपल्या भावाच्या त्या एकुलत्या एक निशाणीसाठी अनिता इथेच राहणार होती. एके काळी ती, विल्यम, मॉम, डॅड, ईस्टर किंवा अन्य सणाच्या निमित्ताने, डॅड-मॉमच्या ४० वर्षांच्या प्रदीर्घ सहजीवनाचं सेलिब्रेशन करायला याच घरात जमले होते. किती सुखाचे दिवस होते ते! मागच्या आठवणी मन गलबलून टाकत होत्या. आज त्या घरात पाऊल टाकवत नव्हतं. जणू तिच्या मनातलंच वाचल्यासारखी इलाबेन उद्गारली. "अनिताबेन, कशाला एकट्या राहता तिथे? नाही, नाही, हॉटेलवर जायचा तर अजिबात विचार करू नका. आम्ही आहोत नं... I know you. people highly respect your privacy....पण अशा वेळेला चार माणसांत राहिलात तर तुम्हालाही ही लढाई जिंकायचं बळ येईल." "थिंक अगेन मिसेस स्टुअर्ट." मि. मेहतांनीही आपल्या पत्नीला पाठिंबा दिला.

याच इन्डियन्सविषयी किती राग होता अनिताच्या मनात. आपल्या डॅडची पहिली बायको....आपली सावत्र आई... एका श्रीमंताच्या नादी लागून डॅडचं प्रेम अव्हेरलं होतं तिनं. अनिताला वाटलं, खरंच, अशी

लेबल्स लावणं चुकीचंच. शेवटी देवदूतासारखे धावून आले तेही इंडियनच. कसं मॅनेज केलं असतं नाहीतर मी या अशा परिस्थितीत?

कोण कुठली इलाबेन... केवढा बदल घडवून आणला होता तिने आपल्या जीवनात. तोसुद्धा मूकपणे; आपल्या कृतीतून.

रोझ मृत्यूच्या दारातून परत आली. सगळे कायदेशीर सोपस्कार पूर्ण करून रोझची कस्टडी घेऊन अनिता निघाली. इलाबेनचा अश्रूपूर्ण नेत्रांनी निरोप घेतला तेव्हा या नव्या नात्यानं तिला खूप काही दिलं होतं.

रोझ नव्या घरात, नव्या गावात हळूहळू रुळतीये. अनिताचं आयुष्य एकदम 'फास्ट' बनलंय.

Perhaps, Alex was right in saying : there will be an end to the sorrow. थोडा वेळ लागेल; पण आशेची, आनंदाची छोटी बेटं तुझ्या नजरेस पडतील.

स्वत:भोवती दु:खाचा कोष विणून आपण जीवन कंठत होतो, आता मात्र हसत, आनंदानं जगायचंय... शेवटी आयुष्य आनंदानं जगायचं हाच दु:ख संपवण्याचा मार्ग आहे हे पटलंय तिला.

जीवनाच्या या नव्या मोहोराला फळं येतील. कडू तशीच गोडही, याचं भान आलंय. वठलेलं खोड पालवू लागलंय. त्याला कळ्या फुटताहेत.

या ख्रिसमसला इलाबेन, मि. मेहता खास आमंत्रणावरून आले होते आणि रोझची नवी फ्रेंड कॅथी... पार्कमध्ये भेटणारी रोज. वय वर्ष ७५ फक्त. शेजारचे दोन बंगले सोडून पलीकडच्या अपार्टमेन्टमध्ये राहते. सहा महिन्यांपूर्वीच तिचे यजमान वारले. तिला बोलवण्याची कल्पना रोझचीच.

केवढा आनंद भरला होता घरात. कॅथीला तर असं कुणी बोलावलं याचंच केवढं अप्रूप वाटत होतं. ख्रिसमस ट्री, वाइन्स, स्टार्स, लाइट्स, केक्स, गिफ्ट्स; धमाल आली खूप.

आणि हे असं सुंदर प्रेम साऱ्या जगावर उधळून टाकताना वेगळाच आनंद प्रत्ययास येत होता. फक्त मनाची कवाडं उघडी ठेवायची गरज होती... दुसऱ्यांना आनंद देणं इतकं सोपं आणि आनंददायी असतं हेच विसरलो होतो आपण!

अनिता विचार करत होती. आता तिच्याही फ्रायडे इव्हिनिंग्ज अर्थपूर्ण झाल्या होत्या. येणारे वीकएन्ड्स तिच्यासाठीही इव्हेन्टफुल असतात. आज काय ब्राईबीला जाऊ या, उद्या काय झूमधला कांगारू पाहायचाय, परवा काय 10-pin game स्टेडियमवर खेळायला जाऊ या, अशा रोझच्या फर्माईशी सुटत असतात.

अनिताच्या स्वरांतून निथळणारं रोझचं कौतुक सँड्रा मान डोलावून ऐकत असते आणि हळूच पाठ फिरवून डोळ्यांतलं पाणी टिपते.

◆

(वासंतिक कथा स्पर्धा, विपुलश्री, मे २००९द्वितीय पारितोषिक)

ओळखपरेड

"हॅलो ताई, मी विजय बोलतोय." विजय... या वेळी फोनवर? आईचं काही बरंवाईट...? क्षणभर गीताच्या काळजाचा ठोका चुकला.

"ताई, ऐकतीयेस नं?"

"हूं... बोल विजय," भानावर येऊन गीता म्हणाली.

"आई कशी आहे?"

"तेच सांगायला फोन केला. डॉक्टरांनी सांगितलंय सगळ्या जवळच्या नातेवाइकांना बोलावून घ्या. जेमतेम आठवडाभर..." विजयला पुढे बोलवेना.

"रडू नकोस विजय, अरे तूच असा धीर सोडलास तर कसं होईल? आणि हे बघ, मी येतीये शक्य तितक्या लवकर." फोन ठेवला आणि इतका वेळ निग्रहाने आवरून धरलेले अश्रू गालांवरून वाहू लागले.

मागच्याच वर्षी दीपाच्या लग्नाला जाऊन आलो होतो आपण. आई खराब दिसत होती; पण खूप आनंदात होती. लाडक्या नातीच्या लग्नात आनंदाने मिरवत होती. गीताचा मुक्काम आठवडाभरच होता तेव्हा. लग्नाच्या धावपळीत नातेवाइकांच्या गर्दीत निवांत गप्पाही झाल्या नव्हत्या माय-लेकींच्या. का कुणास ठाऊक, निघताना मात्र गीताला आतमध्ये कुठे तरी वाटून गेलं होतं. 'कदाचित ही आपली

शेवटचीच भेट.'

किती वेगानं कब्जा घेतला होता त्यानंतर अल्झायमरने तिच्या आईचा! निदान झालं, तेच मुळी मधल्या टप्प्यात, आणि वर्षभरात इतकं विकोपाला पोहोचलं होतं ते!

सहार विमानतळावर गीता, संजय उतरले तेव्हा पहाटेचे २ वाजले होते. एक-दीड तास लेट होतं विमान. तिथून सगळे सोपस्कार पार पाडून विजयच्या घरी पोहोचायला ५ वाजले होते. जेटलॅगनं डोकं दुखत होतं. अस्वस्थ वाटत होतं. कधी एकदा पडतोय गादीवर असं झालं होतं.

तास-दोन तास झोपल्यावर थोडं फ्रेश वाटलं गीताला. चहा घेऊन ती आणि संजय निघाले. मध्येच एकदा संजय वॉश घ्यायला गेल्यावर संधी साधून विजयनं पैशाची डिमांड केली होतीच. अर्थात गीता तयारीने आली होती; पण आल्या आल्या विजयने पैसे मागावेत याचं वैषम्यच वाटलं तिला. इतकी खराब परिस्थिती होती विजयची? सतत पैशाची मागणी? खंडणीच ती... पायात चपला सरकवताना गीताच्या हेही लक्षात आलं, घर मागच्या वेळेपेक्षा कितीतरी छान दिसत होतं, सजवलेलं.

पण ती कुशंका डोकं वर काढायच्या आतच गीतानं ठेचून टाकली आणि ती टॅक्सीत बसली. वॉर्डमध्ये त्या भल्या मोठ्या कॉटवर आईची खंगलेली कुडी दिसतही नव्हती इतकी दुबळी झाली होती. गीताला भडभडून आलं आईला तशा अवस्थेत पाहून. हे महाप्रस्थानापूर्वीचे शेवटचे दिवस... कदाचित काही क्षणच...! या कल्पनेने तिचा जीव व्याकूळ झाला. आईच्या जवळ खुर्ची ओढून घेऊन बसत तिनं आईचा हात हातात घेतला. "आई, मी आलीये... तुझी गीतू. ओळखलंस का? आई गं, बघ नं माझ्याकडे एकदा. मी गीता." डोळ्यांत कसलीच ओळख नाही. कसलाच प्रतिसाद नाही. तोंड धुऊन आलेल्या कुसुम आत्यानं ते दृश्य पाहतच एन्ट्री घेतली. "अगं बाई, आलीस का? बरं झालं बाई आलीस. नाही तर रुखरुख लागली असती तुला शेवटची भेट नाही झाली म्हणून." आपण काय बोलून गेलो या जाणिवेनं आत्यानं जीभ चावली; पण कुसुमआत्याच ती, तिला कुठे बोलल्याशिवाय राहवतंय?" "तुलाही ओळखलं नाही नं तिनं?" "अगं, फक्त विजयला

आणि जयाला ओळखते ती.'' गीतानं तिच्या बडबडीला ब्रेक लावायचा प्रयत्न केला. ''छे बाई, रात्रभर किती डास चावत होते; पण करणार काय; विजय, जया खूप खूप करतात गं! पण अशावेळी मनुष्यबळ लागतंच नं आणि तू इतक्या लांब पार तिकडे अमेरिकेला. मग विचार केला, अशा वेळी मदतीला नाही धावायचं तर मग कधी? एकाच गावात राहतोय. वयोमानानुसार झेपेल तेवढं करते. विजूला म्हटलं काही दिवस मी रात्रीची झोपेन इकडे.'' ''आत्या मी येईन काही दिवस आता झोपायला. तुझीपण झोपेची तक्रार आहे...'' ''अगं हो, पण तुझा मुक्काम आहे किती?'' ''अजून १५ दिवस तरी आहे मी.'' ''हे बरं केलंस हं. तेवढीच सेवा तुझ्या हातून. नाही तर तुम्ही लोक इतके लांब राहता. सगळं संपल्यावर धावत येण्यात काय अर्थ असतो गं, सांग पाहू?''

ते ऐकता ऐकता विलक्षण कानकोंडी होत गेली गीता. बाबा गेले दोन वर्षांपूर्वी तेव्हा ती अशीच आली नव्हती का चार दिवस उलटून गेल्यावर?...

एव्हाना संजय आईला भेटून बांद्र्याला त्याच्या बहिणीकडे गेला होता. वातावरणात अकारण तणाव आलेला. अशीच काही मिनिटं गेली आणि जया ब्रेकफास्ट घेऊन आली. ती गेल्यावर वेणूमावशी... जसजसं कळत होतं तसतसे सगळे भेटून जात होते. ''कुणाकुणाला ओळखत नाहीए हो ती. अगदी अमेरिकेवरून धावत आलेल्या आपल्या लाडक्या लेकीलाही ओळखलं नाही तिनं.'' डोळे टिपत कुसुमआत्या वेणूमावशीला म्हणाली. केविलवाण्या नजरेनं गीतानं मावशीकडे पाहिलं. खरं तर या क्षणी तिला मावशीच्या गळ्यात पडून मनसोक्त रडावंसं वाटत होतं. मनात भावनांचा कल्लोळ उठला होता. ते 'आई, आई' म्हणून आक्रंदत होतं.

११ वाजता डॉक्टर येऊन गेले. नर्सेसची, आयाची लगबग, ये-जा, ज्यूस देणं, बी. पी., नाडी चेक करणं सगळी कामं यांत्रिकपणे चालू होती. गीता एकटक आईकडे बघत होती.

''बघ गं, अनय आलाय. तुझा लाडका नातू'' आत्याचे उद्गार ऐकले आणि गीताला दिसली, बेशुद्धी-शुद्धीच्या सीमेवर रेंगाळणाऱ्या आईच्या पापण्यांची हालचाल... अगदी स्पष्ट. अनयला ओळखलं होतं

तर आईनी. क्षीण स्वरात तिचे ओठ हलले. "काय हवंय आजी?" त्याने कान तिच्या तोंडाजवळ नेला. "पाह्यलंत... नातवाचा किती लळा आहे आजीबाईंना!"

"अनय, तुझी पण कमाल आहे हं राजा. कॉल सेंटरची नोकरी सांभाळून इतका धडपडतोयस तू. शेवटी पैसा उपयोगी नाही पडत. माणूसच लागतं माणसाला."

गीताचे डोळे पुन्हा पाण्यानं भरले. दोन वाक्यांत अनयची कमी दर्जाची नोकरी, गीताचं दूरदेशी असणं, तिचं ऐश्वर्य, सगळ्यासगळ्यावर कसे मर्मभेदक ताशेरे ओढले होते तिनं.

एव्हाना १ वाजायला आला होता. संजय घ्यायला आला तेव्हा आईच्या भजनी मंडळातल्या मैत्रिणीही येऊन बसल्या होत्या. या अखंड ये-जानं गीतालाच दमायला झालं होतं. दीपाच्या लग्नात तशी जुजबी ओळख झाली होती त्यांच्याशी.

एव्हाना आत्याचा खेळ रंगात आला होता. 'या युक्तावहिनी', 'या नं कीर्तने- तुमच्या पूर्वीच्या शेजीबाई', 'या प्रतिभाताई.' "नाही हो, हा रोगच इतका भयंकर आहे नं... सगळी ओळख पुसून टाकतो अगदी. आता हेच बघा नं. विजय-गीता दोन्ही सख्खी भावंडं. पोटची पोरं; पण गीताला मात्र शेवटपर्यंत ओळखलं नाही तिनं. दहा वेळा मी पण प्रयत्न केला सांगायचा पण उं हूं, नाहीच."

सलग सहाव्यांदा ती टेप वाजली आणि गीताचं पित्त खवळलं.

"Will you just shut up? अगं आईची कंडिशन काय आहे आणि तू काय बोलतीएस... कशाचं भांडवल करतीयेस. जरा प्रसंग पाहून बोल नं."

गीताच्या त्या ओरडण्यानं वॉर्डमध्ये शांतता पसरली. आवाज ऐकून धावत आलेल्या नर्सने "काय झालं? कशाला ओरडताय?" दरडावून विचारलं तेव्हा 'सॉरी' म्हणून संजयनं गीताला बाहेर काढलं."चल घरी जाऊ या." थरथरणाऱ्या गीताला हाताने सावरत त्याने आधार दिला.

हॉस्पिटलच्या पायऱ्या उतरताना गीताचे पाय मणामणाच्या बेड्या घातल्यागत जड झाले होते. डोळ्यांसमोर येत होते विजयला वेळोवेळी पाठवलेले डॉलर्स, त्याचा त्यानं कधीच न दिलेला हिशेब, घराचा

झालेला कायापालट आणि आईला स्पेशल वॉर्डमध्ये ठेव असं कळकळीनं सांगूनही तिला दिलेला जनरल वॉर्ड, ज्याचं स्पष्टीकरण देताना तो गडबडला होता.

अडनिड्या वयातली, टीनएजर्स मुलं अमेरिकेला एकटी ठेवून संजय-गीता आले होते. आईला भेटायला फक्त. आई तर ओळखीच्या पलीकडे गेली होती; पण... पण तिच्या शुद्धीवर असलेल्या माणसांनी तरी कुठे ओळखलं होत तिला?

◆

(लोकसत्ता, 'लोकरंग', १५ मार्च २००९)

मदर्स डे

या वळणावरून पुढे गेलात की चेरी ब्लॉसमच्या कमानी अवचित तुमच्यावर पुष्पवृष्टी करून तुमचं स्वागत करतील.

एप्रिलचे शेवटचे दिवस या झाडांचा बहरण्याचा काळ. ती गुलाबी, पांढऱ्या फुलांनी फूलफूल फुलतात आणि वाटसरूला अगदी खूश करून टाकतात. त्यातून त्यांच्यावर कोवळ्या उन्हाची तिरीप पडली की मग तर विचारायलाच नको. इतकी शोभिवंत आभा दिसते नं... बघत राहावं हे पुष्पवैभव!

या चेरीसमोरचं घर सायरा आंटीचं, म्हणजे आता ती इथे राहात नाही. ते घर आता एका इंग्लिश माणसानं विकत घेतलंय आणि सायराचा मुक्काम हललाय यू. के.मधल्या Old People's Homeमध्ये.

सायराआंटी या उपनगरातली आमची सख्खी शेजारीण. आम्ही इकडे यायच्या वर्षभरच आधी त्यांनी हे घर विकत घेतलं होतं आणि 'पोटासाठी भटकत जरी दूरदेशी फिरेन' या पंथातले आम्ही तात्पुरत्या वास्तव्याला इकडे आलो होतो.

मॉर्निंग वॉक घेऊन येत असताना त्या रम्य सकाळी एकदम आबिदा परवीनचे शब्द कानावर पडले. अमीर खुस्रोच्या प्रतिभेतून साकारलेली सूफी रचना होती ती.

अपनी छब बनाईके
जो मैं पी के पास गयी
जो छब देखी पियू की
तो अपनी भूल गयी
छाप तिलक सब छिनी रे
तोसे नैना मिलाई के।।

बेगम आबिदांचा आर्त स्वर... अद्वैतात विलीन होण्याची ती चिरंतन सुंदर ओढ... कसले द्वंद्व... कसली हार-जीत... सगळं एकाकार झालंय.

पावलं नकळत थबकली. बागेकडे लक्ष गेलं. सायरा आंटी आणि अरीफ अंकल चहा पीत बसलेले. त्यांनी हात केला. "Are you from India?" मी 'हो' म्हणायच्या आत 'आईये, चाय पीके जाईये!' आंटीचा प्रेमळ आग्रह. ही माझी-तिची पहिली ओळख. पहिल्या ओळखीतच धर्म, जात, वयाची सारी कुंपणं गळून पडली. गौरवर्णीयांच्या देशात नव्याने जाणाऱ्या नवथरांसारखे आम्ही पण ते दोघं भारतातलेच हे ऐकून हरखून गेलो होतो आणि मैत्रीच्या नात्यानं जवळ आलो होतो. शिवाय बागकाम करणं, संगीत या समान आवडी होत्याच.

देशोदेशी भटकंती करून अखेर स्वतःच्या स्वतंत्र टुमदार बंगल्यात विसावणं ही कोणत्याही इंग्लिश माणसासारखी अरीफ चाचाच्याही परमोच्च सुखाची कल्पना. साउथ आफ्रिका, नायजेरिया अशी मजल-दरमजल करत ते इंग्लंडमध्ये सेटल झाले होते.

उच्च कुळातली, खानदानी, रईस कुटुंबातली सायरा आणि कनिष्ठ जातीतला अरीफ यांची प्रेमकहाणी सुरू झाली तिच्या चुलत बहिणीच्या शादीमध्ये. 'पहली नजर में' प्यार हो गया आणि माहेरचे सर्व पाश तोडून सायरा अरीफची झाली. त्याच्या अम्मीने मात्र मुलीसारखी माया केली त्या पोरीवर. अरीफची कॉलेजची शेवटची परीक्षा संपली आणि साउथ आफ्रिकेला व्यापार करणाऱ्या त्याच्या मामांनी प्रस्ताव मांडला. ''अरीफ मियाँ, अब शादी हो गयी है आपकी। मेरे साथ चलो आफ्रिका। इतना बडा कारोबार अब मुझसे संभाला नही जाता।'' अम्मीने काळजावर दगड ठेवून संमती दिली आणि अरीफ-सायरा रवाना झाले, एका

नवख्या देशात.

मामाचा व्यापार खरोखर मोठाच होता. दोन दुकानं आणि एक रेस्टॉरंट. अरीफच्या मेहनतीनं आणि सचोटीने आणखीनच भरभराट झाली. आपल्या या भाच्यालाच सर्व इस्टेट द्यायचं मामूजान योजत असतानाच अचानक ते अल्लाला प्यारे झाले. काही 'विल' न करता, आणि निपुत्रिकाला वारस फार या न्यायाने सलमाच्या मैकेवाल्यांनी ठाणच मांडलं तिच्या घरात. इस्टेटीचे लचके तोडायला सुरुवात झाली. अरीफ काट्यासारखा सलत होता त्या लोकांना. त्याचा काटा काढण्याचं कारस्थानही आखलं गेलं; पण अल्लारखांच्या, मामाच्या प्रामाणिक नोकराच्या सजगतेमुळे वेळीच खबर लागली आणि नेसत्या वस्त्रानिशी अरीफ-सायरानं रात्रीच्या अंधारात घर सोडलं.

मग तो देशही सोडला. भुकेनं व्याकूळ होत, 'दरदर की ठोकरे' खात ते नायजेरियाला येऊन पोचले. प्रवासातल्या कष्टांनी, उपासमारीने पहिला बेटा तारीक गेला. दुःखाचे पहाडच कोसळत होते त्या कुटुंबावर. १५ वर्षं आफ्रिकेत संपन्नतेत काढून एखाद्या निर्वासितासारखं जिणं इथे वाट्याला आलं होतं. ते सुसह्य केलं मोहल्ल्यात भेटलेल्या जसवंतसिंगनं, एखाद्या भावासारखा आधार दिला. मग त्यांच्याच सोबतीनं १९८९-१९९० साली लंडनला आले. साउथ हॉलच्या त्यांच्याच रिश्तेदारांकडे काही दिवस राहून मग अरीफने East End ला गरीब वस्तीत घर घेतलं होतं. गळत्या भिंती, बर्फाळ, हाडं गोठवणारी थंडी... उघडी गटारं आणि आजूबाजूला तसेच गरीब, पोटार्थी, श्रमजीवी लोक... वेश्येपासून जुगाऱ्यापर्यंत आणि फुलवाल्यांपासून झाडूवाल्यांपर्यंत.

अमन तेव्हा पाच-सहा वर्षांचा होता. अरीफ दिवस-रात्र घाम गाळत होता. गोदीवर सामान उचलत होता, फावल्या वेळात सुट्टीच्या दिवशी फळं विकायला बसत होता. सायराही एक-दोन इंग्लिश कुटुंबांमध्ये साफसफाईचं काम करत होती; पण दोघंही अमनला तळहातावरच्या फोडासारखं जपत होते. लंडनच्या त्या जीवघेण्या थंडीत एक वर्ष तर अमन मरता मरता वाचला. मग मात्र अरीफनं जरा सुस्थितीतलं घर घेतलं.

त्याच मुक्कामात सायराची अब्बू, अम्मी येऊन गेले. मागचं सगळं विसरून त्यांनी बेटीला पोटाशी धरलं. तीन महिने राहिले होते दोघं.

परत जाताना अम्मीनं सायराला दागिन्यांनी मढविलं होतं. अमन, अरीफला खूप काही दिलं होतं. मागची सगळी कसर जणू भरून काढली होती.

खूप सुखाचा काळ होता तो. आता अरीफनं टॅक्सी चालवायला घेतली. थोड्याच दिवसांत कर्ज काढून त्यानं ती विकतही घेतली, तेव्हा सायरानं स्वत:हून आपले दागिने त्याच्या हवाली केले होते.

अमनच्या आगमनाने हळूहळू स्थैर्य येऊ लागलं. पैशाचा ओघ सुरू झाला. एकाच्या दोन टॅक्सी झाल्या. शाळा संपून अमन कॉलेजातही जाऊ लागला. आपण फार शिकलो नाही; पण मुलांना खूप शिकवायचं, या ईर्ष्येनं दोघंही झपाटले होते.

आणि इतक्या वर्षांच्या तपस्येनंतर Sloughमध्ये हे टुमदार घर विकत घेतलं होतं.

एवढ्याशा गार्डनमध्ये ऱ्होडोड्रेडॉन, गुलाब, पॅन्सी, ट्यूलिप्स, डॅफोडिल्स किती विविध प्रकारची फुलझाडं लावली होती चाचांनी आणि मागच्या परसात हौसेने अगदी वांगी, मिरची अशा भाज्यासुद्धा!

अमन लवकरच विवाहबंधनात अडकणार होता. केवढे पाहुणे आले होते इंडियातून. घर भरून गेलं होतं. खूप थाटात झाली त्याची शादी. चाचा, आंटी केवढे खूश होते. किती वर्षांनी आंटीची तिच्या बहिणींशी भेट झाली होती. अरीफअंकलची अम्मी या निमित्ताने पहिल्यांदाच लंडनला आली होती. लेकाच्या आनंदात सहभागी झाली होती.

नताशा-अमनची नोकरी सुरू झाली. अरीफचाचांना आता वेध लागले होते हज यात्रेचे. ती एकच इच्छा राहिली होती.

पण काय योग पाहा. 'हज'ला जायची स्वप्न पाहणारे चाचा घाईघाईने अल्लाकडेच निघून गेले. रात्री झोपेतच केव्हातरी Massive Heart Attack आला आणि सगळं संपलं. दुखणं नाही, कसला आजार नाही, काही नाही.

चाचा गेले आणि आंटी दु:खात बुडून गेली. साहजिकच होतं म्हणा, त्यांच्याशिवाय दुसरं विश्वच नव्हतं तिला. साधं शॉपिंग करायचं असलं तरी ते टॅक्सी काढणार आणि जाणार. जवळजवळ चाळीसएक वर्षांचा सहवास होता.

केवढी पोकळी निर्माण झाली आंटीच्या आयुष्यात. आयुष्यात

विरहाचे प्रसंग येतात. माणसं शोक करतात; पण काही दिवसांनी गाडी रुळावर येते. जनरीतच आहे ती; पण सायरा आंटीनं स्वतःभोवती त्या दुःखाचा कोशच विणून घेतला जसा काही. अमनच्या परीला दादीची इतकी सवय झालेली. तिलाही ती जवळ घेईना. परी किंचाळायला लागली की सायरा ओरडायची, "ग्रँडपा सो रहे हैं। शोर मत करना!" नाहीतर शून्यात बघत बसायचं. एकटीशीच बडबडायचं, असा सिलसिला सुरू झाला.

सासूच्या अंगावर 'परी' ला टाकून निवांतपणे नोकरीला जाणाऱ्या नताशाची आता चांगलीच अडचण होऊ लागली. रजा तरी मिळायला हवी नं!... परी सारखी विचारायची "दादी माँ बोलती क्यू नही? मेरे साथ खेलती नही। मुझे प्यार नही करती..."

आंटीचा 'मनहूस' चेहरा आता नताशाला नजरेसमोर नको झाला. तिच्या सततच्या शिकायतींनी अमनही वैतागला होता. मी माझ्या परीनं तिची समजूत काढायची. फोन करून तिला घरी बोलवायची. मनोमन वाटायचं की निदान 'परीसाठी' तरी आंटीनं आपलं दुःख बाजूला ठेवावं.

त्या दिवशी सकाळी सकाळी अमन आला तेव्हा आश्चर्यच वाटलं. याआधी तो कधीच घरी आला नव्हता. आमची नवी ओळख साजरी करण्यासाठी मी छोटीशी टी-पार्टी आयोजित केली होती तेव्हाही नाही.

"आंटी," बोलू न बोलू असा भाव. सायरा आंटी म्हणाली तसा Shy होताच तो... "थोडा वेळ आहे का तुम्हाला?" "ओह, अमन, अरे आत ये. बैस नं! उभा का?"

It's Ok. सांगायला आलो होतो तुम्हाला. महिना दोन महिने आम्ही नाही आहोत. घर बंद राहणार आहे. जरा लक्ष ठेवा." "कुठे इंडियात का?" "हो. नताशाच्या कझिनचं लग्न आहे आणि मी टूरवरून परस्पर तिकडे जाणार आहे." "बरं झालं, आंटींना चांगला चेंज होईल त्या निमित्तानं. आपली माणसं भेटली की निम्म्या बऱ्या होतील त्या." "नाही, अम्मीला नाही येता यायचं. तिची प्रकृती जरा जास्तच नरम आहे. म्हणून तिला नर्सिंग होममध्ये हलवलंय." "म्हणजे? काय झालंय आंटींना? चार दिवसांपूर्वी तर आम्ही फेन्सवर बोलत होतो. त्यांना एकटीला ठेवून चाललात?" कितीही लपवून ठेवायचा प्रयत्न

केला तरी माझी नाराजी व्यक्त झालीच. “नाही, तसे आमचे दूरचे रिश्तेदार यांना सांगून ठेवलंय लक्ष द्या आणि परीला इंडिया बघायचाय म्हणून...” “ठीक आहे... मी पण भेटून येईन आंटीला.” “थँक्स आंटी, बाय!”

अमनला निरोप देऊन आत आले. मनात प्रश्नांचं काहूर माजलं होतं. आंटीला एकाएकी इतकं बरं वाटेनासं झालं? चार दिवसांपूर्वी तर आमच्या बागेत गप्पा झाल्या होत्या, म्हणजे ती तिच्या बागेत डॅफोडिल्सशी गप्पा मारत मारत कुंपणाशी आली होती आणि मी तिला हटकलं होतं. झाडांचा, फुलांचा, परसातल्या भाज्यांचा विषय निघाला तसं तिच्या डोळ्यांतलं भकास रितेपण मावळलं होतं. थोडीफार सुसंगत बोलायला लागली होती.

की मलाच हे भास झाले होते? काहीतरी गडबड आहे. नक्की काय बरं नाव सांगितलं त्यानं? हं. "Green Meadows" Nursing Home. गॉड! पुढे-मागे तिथल्याच वृद्धाश्रमात ठेवायचा विचार तर नाही नं अमनचा? कल्पनेनंच शहारा आला अंगावर. मान झटकून जसे ते विचारच झटकून टाकले आणि कामाला लागले.

पण अस्वस्थतेचा भुंगा मला काही चैन पडू देईना. मग ठरवलं, तिला भेटूनच यायचं. तिचं आवडतं ‘ॲपल पाय’ करून घेतलं आणि Green Meadowsला जाणारी बस पकडली. मला पाहून किती खूश झाली आंटी. १५ दिवस होऊन गेले होते तिला इथे येऊन. डॉक्टरांच्या ट्रीटमेंटला यश येत होतं. घरी परतायचे वेधच लागले होते. मी नेलेलं ‘ॲपल पाय’ तिनं चवीनं खाल्लं. खूप गप्पा मारल्या. निघताना मला म्हणाली. “अमन से कहना जल्दी आके मुझे घर ले जाए। यहाँ कुछ भी अच्छा नही लगता।” “हां आंटी, पहले आप बिल्कूल ठीक हो जाईये। कुछही दिनों की बात है।” तिची समजूत काढून मी निघाले.

बाहेर पडताना डावीकडे लक्ष गेलं... मध्ये नर्सिंग होम. डाव्या बाजूला जरा आतमध्ये Old People Homeची बिल्डिंग. सुंदर बगिचाने झाकली गेलेली. कसा कोण जाणे, अमनचा इरादा त्या क्षणी लख्ख जाणवला. खूप उदास होऊन घरी आले. यापुढे आंटीचं हेच घर असणार होतं! ‘मरणाच्या वाटेवरचा शेवटचा ब्रेक जर्नी!!’

ख्रिसमस आणि नववर्षाच्या Celebrationचे पडघम कधीचे वाजायला

लागले होते. आंटी अजूनही आपल्या घरट्यात परतली नव्हती. पुन्हा एकदा मी भेटायला गेले. डिसेंबर सुरू झालेला. विंटरची जीवघेणी थंडी... जेमतेम सात-आठ तासांचा दिवस आणि १६ तासांची प्रदीर्घ कंटाळवाणी रात्र. इथे ३.३०, ४.०० पर्यंत अंधार पडू लागतो! मग प्रहर मोजत घरातच बसून राहायचं फायर प्लेससमोर स्प्रिंगची वाट पाहत. आभाळ ओथंबलेलं. अगदी नॉर्मल माणसाला डिप्रेशन येईल अशी हवा. मग सायरा तर पेशंटच होती. कशी असेल ती?

मला पाहून रडायलाच लागली ती. 'अमन क्यों नही आता? मै जान गयी हूँ, वो अब मुझे घर नही लेके जानेवाला। ऐसा क्या गुनाह है मेरा? जो यहाँ फेक दिया कूडे कर्कट की तरह।' तुटक तुटक हुंदके देत देत ती बोलत होती. किती जपलं होतं त्याला फुलासारखं, लाड, प्यार केले होते त्याचे आणि आज त्यानेच जन्मदात्रीला...

आणखीन एक शॉकिंग गोष्ट कळली गप्पांच्या ओघात. "दीपा, पता है तुम्हे, कैसे फँसाके ले आया इधर मेरा लाल! चलो अम्मी, सैर कराते है आपको। बहुत दिन हुए आप गयी नही कही।" असं म्हणून त्याने आईला गाडीत घातलं होतं आणि इथं आणून सोडलं होतं. ती विरोध करेल म्हणून काहीच कल्पना न देता.

अश्रूंची तळी झाली माझ्या डोळ्यांत आणि समोरचं काही दिसेनासं झालं...

वादळात नौका उलटावी आणि त्यातला प्रवासी एखाद्या निर्जन बेटावर फेकला जावा तशी तिथल्या वातावरणामध्ये सायरा केविलवाणी, एकाकी वाटत होती. ...इंग्रजीचा गंध नाही. चार-पाच शब्द सोडले तर... ...अरीफ शिकवणार होता ते राहिलंच शेवटी. तिथला युनिफॉर्म म्हणून सक्तीने घालावा लागणारा तो घोळदार झगा, सलवार-कमीजवर ज्या बाईनं वयाची साठी पार केली तिच्यासाठी हा बदल म्हणजे Cultural shock च होता. भाषा येत नाही म्हणून कुणाशी संवाद नाही, संभाषण नाही. बाकीचे वृद्ध टी. व्ही पाहायचे, व्हिडिओ गेम्स खेळायचे, कॅरम खेळायचे, एकमेकांशी गप्पा मारायचे, भांडायचेसुद्धा काहीवेळा आणि इथले दिवस सुसह्य करू पाहायचे... सायरा आंटी कुणापाशी मन मोकळं करणार?... तिची घुसमट, तगमग मला जाणवायची. मलाही त्रास व्हायचा. नको ते जाणं असं होऊन जायचं.

आणि ती वेळ लवकरच आली. इथलं चंबूगबाळं आवरून आम्ही आयर्लंडला चाललो होतो.

जाण्यापूर्वी एकदा शेवटचं भेटावं म्हणून गेले. किती खंगली होती आंटी. तिथले कोरडे सँडविचेस, केक... जायकेदार, चमचमीत अन्नावर देह पोसलेल्या आंटीला काहीच मानवत नव्हतं. मुकाट्याने फ्रूट ज्यूसबरोबर पावाचे तुकडे गिळून टाकायचे. उपासमार होत होती तिची.

पण आज आनंदात दिसत होती. मी नेलेल्या सामोशांवर तुटून पडली बिचारी. एकतानता झालेली त्या परब्रह्माचं सेवन करताना.

'कलही आया था अमन। हराभरा कबाब और फिरनी लाया था। नताशा बहुत बढिया खाना बनाती है। परी भी थी साथ में। कितनी बडी हो गयी है और बहुत सुंदर दिखती है, जैसी आसमान की परी।''

पाण्याचा घोट गिळून आंटी उत्साहानं सांगत राहिली 'अमन कहता था... कार्डिफ मे नया घर लिया है। जैसे ही फर्निचर बन जाएगा, मै तुम्हे लेने आ जाऊँगा।' कसा आशा-निराशेचा खेळ मांडला होता नियतीनं. ती इतकी आनंदात होती की तिच्या अम्मीच्या मृत्यूची बातमी तिच्यापर्यंत पोचली होती की नाही अशी शंका यावी. आम्ही 'स्लाव' सोडून डब्लिनला चाललोय, हे सांगण्याचा मी पण दोन-तीनदा प्रयत्न केला; पण काहीच प्रतिसाद मिळाला नाही. पुढ्यातल्या स्वादब्रह्मात बाकी सगळ्या गोष्टींचं भान सुटलं होतं! तिची वासना आता केवळ खाण्याभोवती केंद्रित झाली होती का? God knows.

ती माझी अन् सायरा आंटीची शेवटची भेट. परत जाणं झालं नाही माझं पॅकिंगच्या गडबडीत.

आज मदर्स डे. इंग्लंडमधल्या तमाम आया ज्याची आतुरतेने वाट पाहतात असा दिवस-कार्नेशियाची फुलं, क्रेस, ग्रीटिंग कार्ड, चॉकलेट्स, एखादी भेटवस्तू... ज्याला जसं जमेल तसं गिफ्ट देऊन आईला खूश करायचा हा दिवस.

किती आतुरतेने वाट पाहत होती सायरा त्या दिवसाची! एंजलच्या तोडक्या- मोडक्या हिंदीतून तिला कळलं होतं ते. आज सगळ्यांची मुलं भेटायला येतील तसा अमनही येईल. लिंडा... त्या संस्थेतली सर्वांत ज्येष्ठ सभासद. वय वर्ष ८१. तीही आज सुंदर, गुलाबी फुलाफुलांचा फ्रॉक घालून नटली होती. गालांना रुज, ओठांना लिपस्टिक,

केसांना छानसा बो. सगळ्या चिडवत होत्या तिला.

एंजलला आठवला २५ डिसेंबरचा तो दिवस. स्कार्लेट नुकतीच संस्थेत दाखल झालेली. सर्वांत तरुण वृद्धा... सकाळपासून आत-बाहेर करत होती. ख्रिसमसच्या शुभेच्छा द्यायला घरचे कुणी येतील म्हणून. शेवटी विल्मा ओरडली म्हणून रुसून बाहेरच्या हॉलमध्ये जाऊन बसली. नजर गेटकडे. अर्धा तास झाला. तास झाला तरी तशीच निश्चल बसलेली. लंच अवरमध्ये विल्मा बोलवायला आली. काही रिस्पॉन्स नाही. अभद्र शंका येऊन विल्माने तिला हलवलं तर ती अंगावरच पडली. अचेतन... तिचं प्राणपाखरू कधीच उडून गेलं होतं.

आजच का हे सगळं आठवतंय? एंजल अस्वस्थ. सकाळी सकाळी ‘‘बेटा आयेगा...क्या क्या लायेगा?’’ चिडवून झालं होतं आजीबाईंना.

बाकीच्या कळपापासून एकटी पडलेली सायरा. खूप काही वाटायचं तिच्याविषयी एंजलला. भाषेपलीकडच्या माध्यमातून ती तिच्यापर्यंत पोहोचू पाहायची. तिला शक्यतो मदत करायची.

आज सायरापण आनंदात होती. ‘अमन आएगा परी के साथ... मेरे लिए मुर्ग मुसल्लम लाएगा... Last Time बोली थी उसको... बहुत जी कर रहा है खाने के लिए।’

दुपारचे १२ वाजून गेले. साडेबाराकडे काटा सरकला. एकाकी आभाळ भरून आलं आणि वादळी वाऱ्यासह धो धो पाऊस कोसळला. हे कसले संकेत होते? काही क्षणच तो पाऊस टिकला आणि नंतर सारं स्वच्छ; पण एंजलचं मन ढगाळलेलं राहिलं. चार वाजता कुणीतरी येऊन कार्नेशियाची सुंदर फुलं आणि चॉकलेटचा बॉक्स देऊन गेलं होतं; पण एंजल समोर आलीच नाही ते द्यायला. परस्पर विल्माला पाठवून दिलं तिनं सायराकडे. तिच्यासमोर उभं राहायचं धैर्यच नव्हतं आता.

‘‘आणि ज्याची भीती होती तेच घडलं. "My Son" अमन, क्यो नही आया आज वो? उसे भेज दो!’’ सायरा Violent झाली. बघता बघता गादीवरची चादर भिरकावली, कोपऱ्यातली फुलदाणी त्वेषाने भिरकावून तुकडे केले. मग हातवारे करीत ती विल्मावर धावून गेली. कमसे कम मुझे चिप्स तो दे दो। बहुत भूख लगी है। आणि मोठमोठ्याने रडायला लागली. सगळ्याजणी धावून आल्या. चिप्स काय... दोन

दिवस जुलाब होत होते सायराला. कसं देणार होती एंजल तिला हवं ते?

कसंबसं आवरलं चौघींनी तिला. डॉक्टरांना बोलावणं गेलं. शेवटी Sedative देऊन झोपवायला लागलं.

तिथून जाताना डॉक्टरांच्याही डोळ्यांत पाणी होतं. आणि अमन? त्यावेळी हजारो मैल दूर ऑस्ट्रेलियाला migrate झाला होता. Greener Pasturesच्या शोधात अम्मीला न कळवता!!

धिंगाणा घालून दमलेली सायरा शेवटी लहान मुलीसारखी झोपून गेली.

आणि सुरू झाली स्वप्नांची मालिका. दिल्लीच्या वारीत पैज लावून खाल्लेले गोल-गप्पे, इंदौरला जिभल्या चाटत फस्त केलेली रबडी के साथ जलेबी, ऑसफर्ड स्ट्रीटच्या कोपऱ्यावर गाडीवर भाजलेले खमंग, गरमागरम चेस्टनट्स आणि हेझलनट्स. लंडनच्या थंडीत काय मजा आली होती ते खाताना. महागड्या ऑक्सफर्ड स्ट्रीटवर केलेली तेवढीच परवडणारी खरेदी.

आणि मग कार्डीफच्या मोठ्या घरात अमन घेऊन आला तिला. समर सुरू झालेला. उन्हं आणि प्रकाशानं सगळा दिवस फुलला होता. तिचा लाडका हनिसकलचा वेल कुंपणापर्यंत सरसरत गेला होता. त्या नाजूक, सोनेरी फुलांचा दरवळ वाऱ्याच्या मंद झुळुकांबरोबर चित्तवृत्ती पुलकित करीत होता. अमनने तिची आवड लक्षात ठेवली होती तर...

'हॉलही रंगीबेरंगी पताकांनी, फुग्यांनी सजवलेला आणि नातेवाइकांची वर्दळ. किचनमधून विविध पदार्थांचे वास घ्राणेंद्रियापर्यंत पोचताहेत. कांदा-लसणीचा घमघमाट दरवळलाय. एकीकडे मुर्ग-मसल्लमची तयारी तर दुसरीकडे हैदराबादी बिर्याणीचा आमंत्रण देणारा गंध, कढईत दूध उकळतंय. अम्मी फिरनी बनवतीये माझी आवडती. वेलची, केशर, बदाम, पिस्ते पूड... त्या सुगंधानेच भूक चाळवतीये.

'हास्यविनोद करीत सगळेजण त्या मेजवानीचा लाभ घेताहेत. सायरा तर अधाश्यासारखी तुटून पडलीए. एकामागून एक खातच सुटलीए. तृप्तीच होत नाहीये. शेवटी अम्मी न राहवून ओरडते 'अब बस भी करो बेटी! पेट बिगड जाएगा!' सायरा हसतच सुटते. हसता हसता ठसका लागतो. जीव घाबराघुबरा होतो. कुणीतरी पाण्याचा

ग्लास पुढे करतं.

सकाळी रोझ उठवायला आली. आश्चर्यच वाटलं. सर्वांच्या आधी उठणारी आंटी आज इतकी का झोपलीए? जवळ जाऊन बघते तर शरीर थंडगार पडलेलं. प्राणपक्षी देहाचा पिंजरा सोडून उडून गेलेला. ओठाच्या कोपऱ्यातून लाळ गळल्याचे सुकलेले ओघळ... आणि चेहरा?.... तो मात्र शांत, तृप्त!!

सारं काही संपलं होतं.

◆

(रोहिणी, मे २००९)

"ऋता, हा पेढ्यांचा बॉक्स. हळदकुंकू, अत्तर, गजरे, पेढे, सगळं व्यवस्थित द्या हं बायकांना" स्वरूपाची सूचना.

"मामी, you don't worry. मी आणि अनुया सांभाळतो ते सगळं. तू बाहेर जा. अजितमामानं बोलावलंय." ऋतानं मामाचा निरोप दिला. आणि दोघी चिवचिवत बाहेर निघून गेल्या.

"बाकी स्वरूपा, काय खुलून दिसतोय हा मोरपिशी रंग तुला! अजितनं पाहिलं तर म्हणेलच, चल, पुन्हा एकदा लग्न करू या!" शैलाआत्याचा शेरा ऐकून मनोमन सुखावलेली स्वरूपा "बस झाला हं फाजीलपणा तुझा. आज मला सासूच्या पदावर प्रमोशन मिळालंय; कळलं?" असं म्हणून हसतहसत खोलीतून बाहेर आली.

आज 'श्री'चा, तिच्या लाडक्या लेकाचा वाङ्‌निश्चय समारंभ होता. लांबूनच तिनं त्याच्याकडे पाहिलं.आजची उत्सवमूर्ती किती प्रसन्न, आनंदी दिसत होती! सहा महिन्यांपूर्वी आर्कुटच्या कुठल्या तरी कम्युनिटीवर त्याला श्वेता भेटली. परिचयातून मैत्री फुलली, सूर जुळले; मनं जुळली. दोघं एकमेकांच्या 'आकंठ' प्रेमात पडली आणि मग एक दिवस त्यानं हे गोड गुपित आपल्याला सांगितलं. तिचा फोटोही दाखवला. स्वरूपाची पहिली प्रतिक्रिया अर्थातच सावधतेची. ऑर्कुटवरची ओळख. तीसुद्धा हल्ली हल्ली झालेली.

गेार्बेज

'फोटोत तर देखणी, घरंदाज वाटते; पण प्रत्यक्षात ती कशी आहे. मराठी आहे की परप्रांतीय आहे कुणी?' तिच्या डोळ्यांतले असंख्य प्रश्न पाहून श्रीनं त्वरित खुलासा केला. "माते, घाबरू नकोस. मुलगी महाराष्ट्रीयन आहे. वैद्य आडनाव त्यांचं आणि तिचे आईवडीलही पुण्यातच स्थायिक झालेत." तेव्हा कुठे जीव भांड्यात पडला तिचा.

मग पुढच्या हालचालींना वेग आला. भेटीगाठी झाल्या. श्वेताचे वडील शैलाआत्याच्या सासऱ्यांच्या दूरच्या का होईना, नात्यातले निघाले आणि मग स्वरूपाच्या मनातल्या उरल्यासुरल्या शंकाही मिटून गेल्या.

वैद्यांची ही राजकन्या 'ॲक्चुअरिअल सायन्स'च्या परीक्षा देत होती. सध्या ती मुंबईला राहत असल्याने एक-दोनदा गाठभेट झाली होती. दोन-तीन वर्षांतच इन्शुरन्स कंपनीमध्ये मोठ्या पदावर बढतीचे योग होते. एकंदरीत 'भविष्यकाल उज्ज्वल' होता. आईवडिलांची एकुलती एक असल्यामुळे त्यांना सोडून लांब जायचं नव्हतं. त्यामुळे इंग्लंड-अमेरिका येथील स्थायिक नवरा नको होता; पण अर्थातच परदेशातून उच्च शिक्षण घेऊन भारतात परत आलेला मुलगा चालणार होता. एकुलता एक असेल तर सोन्याहून पिवळं.

हे सगळं आठवून स्वरूपाला हसू आलं. आजकाल उपवर कन्यांच्याही अटी असतात. त्यात गैर काहीच नाही; पण जमाना बदललाय नक्कीच.

चार-सहा महिन्यांपूर्वी श्री एम. एस. करून परतला होता, गलेलठ्ठ पगाराची नोकरी घेऊन.

तसं लग्न जरा घाईघाईनं ठरलं होतं. आठवड्यात साखरपुडा आणि पुढच्या महिन्यात शुभमंगल. स्वरूपाला वाटत होतं, श्रीनं काही दिवस नोकरी करावी. करिअरमध्ये सेटल व्हावं. इतक्यातच प्रापंचिक जबाबदाऱ्या कशाला गळ्यात अडकवून घ्यायच्या? पण श्वेताची पणजी आपल्या पणतीच्या मस्तकावर अक्षता टाकायला आतुरली होती. वय वर्ष ९५. तिच्या आग्रहापुढे स्वरूपाला मान तुकवावी लागली. मग तिनंही फार ताणून धरलं नाही.

आठ दिवसांत साखरपुडा म्हटल्यावर खरेदीची एकच धांदल उडाली. साड्या, सूट, सफारी, अंगठ्या... याद्या तयार झाल्या. आमंत्रितांना बोलावणी गेली. स्वरूपाचे आई-बाबा नाशिकहून आले. वृंदामावशी

इंदूरहून खास भाचीच्या घरच्या कार्यासाठी येऊन दाखल झाली. घर सजलं, लगीन घाईनं, पाहुण्यांच्या वर्दळीनं गजबजलं.

आता मात्र स्वरूपालाही लक्ष्मीच्या पावलांनी कधी एकदा सून घरी येतीये अशी उत्कंठा लागली होती. स्वरूपा लेकीसारखीच तिची हौसमौज करणार होती. तिच्यावर आईसारखी माया करणार होती.

"स्वरूपा, लक्ष कुठेय तुझं? दोघं पाया पडायला आलेत. आशीर्वाद दे त्यांना." अजितच्या शब्दांनी ती भानावर आली.

खरंच, किती अनुरूप जोडी होती. लक्ष्मी-नारायणाचा जोडा अगदी. रात्री दृष्ट काढायला हवी पोराची. स्वरूपाच्या मनात आलं.

मुख्य समारंभ आटोपला. हॉलमध्ये सनईचे मंजुळ स्वर निनादत होते. मित्र-मैत्रिणींच्या घोळक्यातनं हास्याचे तुषार उडत होते. बऱ्याच दिवसांनी भेटल्याने नातेवाइकांच्या गप्पा रंगात आल्या होत्या. भरजरी शालू, शेले, डिझायनर साड्यांमधल्या स्त्रियांची लगबग चालू होती. मोगऱ्याचा मन प्रसन्न करणारा दरवळ, या साऱ्या वातावरणाला अधिकच उत्फुल्ल बनवीत होता. हे सारे क्षण व्हिडिओ कॅमेऱ्यात बंदिस्त होत होते.

जेवणच म्हणावं इतक्या पदार्थांच्या व्हरायटीज जातीच्या खवय्यांना तृप्त करीत होत्या. व्यवस्था उत्तमच होती. मंडळी हौशी दिसत होती. मिनी-लग्न म्हणावं असा खर्च वैद्यांनी केला होता.

पाहुणेमंडळी निरोप घेऊन घरी जाऊ लागली तशी स्वरूपाही बॅगा भराव्यात आता या विचाराने खोलीकडे वळली. तितक्यात मागून श्रीची हाक. "आई, आम्ही जरा फिरून येतो." "पण श्री, फार वेळ बाहेर राहू नका हं. निदान आजचा दिवस तरी. श्वेताच्या अंगावर बरेच दागिने आहेत, तेव्हा लवकरच या," स्वरूपाला राहवलं नाही.

"आणि हो, कारनंच जा रे. स्कूटर नको."

"पण बाबा, तुम्ही कसे जाल?"

"आम्ही जाऊ वसंतमामाच्या गाडीतनं. आणि ऋता, अनुया तुझी स्कूटर घेऊन येतील घरी. तू निघ." अजित उद्गारला.

घरी परतले तेव्हा साडेआठ वाजून गेले होते. स्वरूपाच्या मनात आज वेगळीच सुखद भावना रेंगाळत होती. आपण चक्क सासू होणार. स्त्रीच्या आयुष्यातलं आणखीन एक पर्व. शरीर पाच-सहा दिवसांच्या

सततच्या धावपळीनं शिणलं होतं; पण मन उत्साहाने भरून गेलं होतं. बघता बघता श्री तारुण्यातल्या या सर्वांत लोभस वळणावर येऊन ठेपला होता. पुढच्या महिन्यात लग्न. मग आणखीन काही वर्षांनी या घरात चिमुकल्या पाहुण्याचं आगमन होईल. मग आपण दोघं आजी-आजोबा होऊ.

"स्वरूपा, आल्यावर दृष्ट काढायला हवी गं बाई पोराची. आधीच राजस रूप, त्यात आज अधिकच राजबिंडा दिसतोय." स्वरूपाची आई म्हणाली. हा नातू तिचा सर्वांत लाडका.

"वृंदामावशी, तुझा दिनेशही उभाय पाठोपाठ लग्नाला. तुमचा काय विचार आहे? वधूसंशोधनाला सुरुवात केली की नाही?" स्वरूपाची पृच्छा.

"छे गं... अजून एक-दोन वर्षं विचारही करू नका असं बजावून सांगितलंय त्यानं."

गप्पांचे विषय मग "दिनेशचं करिअर, मिताचा छोकरा, वृंदाची त्या निमित्ताने घडलेली विदेशयात्रा" इथे येऊन थबकले. किती किती बोलावंसं वाटत होतं. ऐकावंसं वाटत होतं.

घड्याळाचा काटा अकराकडे सरकू लागला, तेव्हा स्वरूपा अस्वस्थ होऊ लागली. एव्हाना यायला हवा होता श्री. सेलवर संपर्क साधू म्हटलं तर तोही उचलेना. स्वरूपा घाबरीघुबरी झाली. "अगं, ड्रायव्हिंग करत असेल. इतकी का काळजी करतेस? ऑन द वे असेल तो. येईलच इतक्यात." अजित जरासा वैतागूनच बोलला; पण स्वरूपाच्या जिवाला चैन पडेना. हे कसले अशुभाचे संकेत? मन का असं कातर झालंय? ती अस्वस्थपणे येरझारा घालू लागली.

अकरा वाजता गाडीचा हॉर्न वाजला. श्री गॅरेजमध्ये गाडी ठेवून आत आला. "ये, आजी कधीची खोळंबलीये तुझी दृष्ट काढायची म्हणून." स्वरूपा आनंदून गेली होती तो सुखरूप घरी आलेला पाहून. "आलोच कपडे बदलून," इतकं बोलून श्री तडक वरती गेला. बराच वेळ तो खाली येईना तसा अजितही बेचैन झाला.

"श्री, अरे खाली सगळे वाट पाहतायत तुझी." अजितने आवाज दिला; पण खाली मान घालून निमूटपणे डायनिंग टेबलाशी येऊन बसलेल्या श्रीच्या चर्येकडे लक्ष जाताच स्वरूपा चरकली. केस विस्कटलेले,

चेहऱ्यावरचं हसू पार लोपलेलं.

"श्री, काय झालं, बरं वाटत नाहीये का? हे गरम गरम दूध पी. बरं वाटेल. क्रोसिन देऊ का?" स्वरूपा थोड्या काळजीने म्हणाली.

"आठवडाभर पायाला नुसती भिंगरी लागलीये. ये राजा, तेल चोळून देते पायांना." आजीची माया बोलली अन् श्रीच्या पोटात तुटून आलं. "आजी गं," कळवळून हाक मारत त्याने आजीकडे धाव घेतली. तिला मिठी मारून तो स्फुंदत म्हणाला "आजी, मी हे लग्न मोडलंय!"

"कम अगेन, काय बोलतोयस तू?" अजितचा प्रश्न. मुलाची काळजी, आश्चर्य, राग सगळं त्या एका वाक्यातून प्रकट होत होतं. स्वरूपा तर दिङ्मूढच झालेली. बोलताच येईना तिला काही.

सर्वप्रथम भानावर आली ती आजी. श्रीला थोपटत ती बोलली, "शांत हो बाळा. काय घडलं ते सांगतोस का सोन्या?"

भावनांचा आवेग ओसरला तसा श्री किंचित शांत झाला. त्याने जे सांगितलं ते कल्पनेच्या पलीकडचं होतं.

तळ्यातल्या गणपतीचं दर्शन घेऊन श्री, श्वेता तिथल्या बागेत बसले, सोनेरी भविष्याची स्वप्नं पाहत आणि श्वेताने एकदम श्रीला विचारलं, "श्री, आपल्या लग्नानंतर आपण कुठे राहणार?" श्रीला गंमतच वाटली या प्रश्नाची. "ऑफ कोर्स, आपल्या 'कदंब' बंगल्यावर. केवढा आतुर झालाय तो नववधूच्या स्वागताला." "किती छान आहे नं तुमचा बंगला. आजूबाजूला नीरव शांतता. गर्द हिरवाईत लपलेला. फार सुरेख सजवलाय. आणि महत्त्वाचं म्हणजे तिथला परिसरसुद्धा स्वच्छ आहे. नाहीतर घराबाहेर पाऊल टाकलं की उकिरडे दिसायला लागतात." मग दोन क्षण स्तब्ध राहून श्वेतानं विचारलं, "पण काय रे, आपल्या लग्नानंतर त्या 'गार्बेज'चं काय करायचं....?"

"आपल्या घरातलं "गार्बेज? कुठलं गार्बेज?"

"तेच रे, तुझे आई-बाबा कुठे राहणार लग्नानंतर?"

"म्हणजे काय... आपल्या... वेट अ मिनिट. आता काय म्हणालीस तू? गार्बेज, तेही माझ्या आईं-बाबांना? यू... तुझी हिंमत कशी झाली असं बोलायची?" श्वेता यावर काही बोलण्यापूर्वी तो उद्गारला, "इनफ. द मेसेज इज क्लीअर. लग्नाच्या आधीच सासू-सासऱ्यांना

गार्बेज म्हणणारी मुलगी माझी पत्नी होऊच शकत नाही. तेव्हा हे लग्न मोडलंय समज.'' श्रीनं समारोप केला.

स्वरूपा, अजित, आजी-आजोबा, वृंदा मावशी सगळे अवाक् होऊन ऐकत होते. पन्नाशी ओलांडली तरी आपण कशा चाळिशीच्या दिसतो याचा स्वरूपाला सार्थ अभिमान होता. देवदयेनं आर्थिक संपन्नता, निरामय आरोग्य लाभलेलं. समाजात दोघांनाही आपापल्या क्षेत्रात मिळणारा मान... सारं काही त्या गर्वोन्मत्त मुलीच्या एका शब्दाच्या फटकाऱ्यानं धुळीस मिळालं होतं. तिच्यालेखी मुलाचे आई-वडील फक्त 'गार्बेज' होते.

विसंवादाने तुटलेली घरं, गरज संपली म्हणून किंवा असाध्य आजारापायी वृद्धांच्या जीर्ण कुडीची अडगळ वृद्धाश्रमात फेकून देणारी काही घरं, स्वरूपाच्या अवतीभोवतीच होती... पण ते सारं घडलं होतं लग्नानंतर काही दिवसांनी, वर्षांनी! इथे ही मुलगी आत्ताच आपल्या भावी सासू-सासऱ्यांना कूडाकर्कट ठरवून मोकळी झाली होती आणि बोलू नये तरी मनात येतंच, चिरयौवनाचं अक्षयपात्र घेऊन जन्माला आली होती की काय ही मुलगी? अपमान, निराशा, दुःख, संताप... भावनांचे कढ डोळ्यांतून वाहू लागले. स्वरूपा हमसून हमसून रडू लागली. ''कृपया आई, बाबा, या प्रकरणात तुम्ही कोणत्याही प्रकारे मध्यस्थी केलेली मला नको आहे. स्पष्ट सांगतो. या मुलीशी लग्न करण्यात मला काडीमात्र रस उरलेला नाहीये.'' असं बजावून श्री झोपायला निघून गेला.

वृंदामावशी मूकपणे स्वरूपाच्या पाठीवरून हात फिरवीत होती. मनात विचारांचं काहूर माजलेलं, ''कुणाचा हा दोष? त्या मुलीचा? तिच्यावरील संस्कारांचा? आपल्या नातवाच्या निवडीचा? की ऑर्कुटचा... जिथे 'प्रत्यक्षाहून प्रतिमा सुंदर भासते त्या व्हर्चुअल रिॲलिटीचा?'

◆

(रोहिणी, एप्रिल २०१०)

आवडीच्या विषयांचा अभ्यास करण्याचं, कॉलेज लाइफ एन्जॉय करण्याचं साधं सरळ स्वप्न पाहिलेल्या ऋतूला एकाएकी आयुष्याचाच कंटाळा आलाय. तिला कशातच रस उरलेला नाहीय; पण असं नेमकं काय घडलंय की ती तिच्या जन्मदात्याचाही तिरस्कार करू लागलीय?

२३ जून

"अहो, पण तिला भाषा विषयांमध्ये इतके चांगले मार्क्स आहेत. शिकू दे नं तिला तिच्या मनासारखं."

"मूर्ख आहेस तू! आर्ट्सला जाऊन कुणी मोठं होतं का? घरच्या परिस्थिती मुळे इच्छा असूनही मला डॉक्टर होता आलं नाही; पण ऋतूनं उत्तम डॉक्टर बनायला हवं. माझं स्वप्न पूर्ण करायला हवं."

"अरे पण माधवा, तिला मुळीच आवड नाहीये सायन्स साइडची. मग तुझा अट्टहास का रे बाबा?" आईनंतर आजीचाही दुबळा प्रयत्न.

"आई, प्लीज, तू यात लक्ष घालू नकोस. तुला यातलं काही कळत नाही." पप्पांनी आजीला फटकारलं. चूप बसली बिचारी.

गिव्ह मी सम सनशाइन

२६ जून

दोन दिवसांच्या वादळी चर्चेनंतर

अखेर निर्णय झाला- माझ्या भवितव्याचा. वादळी एवढ्यासाठी म्हटलं; कारण त्या चर्चेला विरोध, माझी रडारडी यांचं पार्श्वसंगीत होतं. एरवी हा निर्णय माझ्या जन्माच्या वेळीच घेतलेला पप्पांनी, आमच्या घरी एकाधिकारशाही असल्याने सगळे महत्त्वाचे निर्णय तेच घेतात. मग ज्याच्या आयुष्याचा हा निर्णय आहे त्याचं मतही त्यांच्या खिजगणतीत नसतं.

माझे पप्पा म्हणजे एकदम मिलिटरी खाक्या असलेला माणूस. आर्मीतून रिटायर झालेत नं. त्यामुळे सदैव 'मी म्हणेन ती पूर्व' असा बाणा असतो. आजही तेच झालं.

खरं तर मला सगळ्या भाषांमध्ये विशेष प्रावीण्य मिळालं होतं आणि संस्कृतमध्ये तर सत्याण्णव टक्के मार्क मिळवून मी बोर्डाचं बक्षीसही पटकावलं होतं. साहजिकच आर्ट्सकडे कल होता माझा. एखादी फॉरेन लँग्वेज शिकून आत्मसात करायची इच्छा होती. इन्टरप्रिटर म्हणून छानसा जॉब घ्यायचा होता. त्यातून माझी भटकंतीची हौसही फिटली असती; पण तसं होणं नव्हतं. आमच्या पिताश्रींचा शब्द म्हणजे हिटलरची आज्ञाच ती. त्यावर अपील नाही. सगळं घर टरकून असतं त्यांना.

२१ जुलै

एकदाची सायन्सला ॲडमिशन झाली अस्मादिकांची. आता दोन वर्षं हा क्लास तो क्लास, सीईटीची तयारी या रणधुमाळीत जाणार. शिवाय बारावी बोर्डाच्या परीक्षा आहेतच. अर्जुनाला जसा फक्त पक्ष्याचा डोळा दिसत होता तसे पप्पांना आता माझे रिझल्ट्स दिसतायत.

दोन वर्षांनी

१८ जून

आज १२वीचा निकाल होता. अपेक्षेप्रमाणे बोर्डाच्या परीक्षेत मला खूप कमी मार्क्स मिळाले. जेमतेम पन्नास टक्के. आता सीईटीच्या स्कोअरकडे डोळे लागलेत.

४ जुलै

इथेही दाणादाण उडाली. भाषांमध्ये मनापासून रमणारी मी मॅथ्स, फिजिक्स असल्या रुक्ष विषयांशी मैत्री नाही करू शकले. माझे मार्क्स

ऐकून काय चेहरा पडला होता पप्पांचा!

खरं तर मला मनातून आनंदाच्या उकळ्या फुटत होत्या. सॉल्लिड आनंद झाला होता- अगदी सेलिब्रेट करावंसं वाटत होतं; पण मोठ्या मुश्किलीने मी चेहरा पाडून बसले होते.

१० जुलै

आता तरी पप्पा आपलं ऐकतील आणि मला आर्ट्सला जाऊ देतील हा माझा अंदाज मात्र साफ चुकला. उलट संतापून त्यांनी माझ्यावर आठवडाभराचा कर्फ्यूच लादला. घराबाहेर पडू दिलं नाही मला. वर पहारा करायला आई होतीच. हुश्श... उद्या कर्फ्यूचा शेवटचा दिवस आहे.

११ जुलै

काय मोकळं वाटलं त्या पिंजऱ्यातून बाहेर पडले तेव्हा. संपूर्ण तळ्याला फेरी मारून आले. नेहाबरोबर कट्ट्यावर बसून गप्पा मारल्या. शेंगदाणे खाल्ले. फारच मजा आली.

१५ जुलै

"डॉक्टर नाही तर निदान बी. एस्सी. होऊन पुढे आय. आय. टी. मधून एम. एस्सी. करावंस आणि डॉक्टरेट मिळवावीस." असा नवा पर्याय पप्पांकडून सुचवला गेला आणि मी बी. एस्सी.ला आमच्याच कॉलेजात ॲडमिशन घेतली.

शेवटी मुलीचीच जात नं! कुठेही फेकलं तरी ॲडजस्ट व्हायचे गुण मला वाटतं आमच्या जीन्समध्येच असतात. हळूहळू रमेन कॉलेजमध्ये. तिथे निदान काही तास मोकळा श्वास तरी घेता येईल. झालंच तर पिकनिक्स, पार्ट्या, सिनेमा, वाङ्मय मंडळ... कॉलेज लाइफ म्हणजे फुल टू धमाल असते.

२६ जुलै

आमच्या हिटलरनं माझ्या याही स्वप्नरंजनावर बोळा फिरवलाय. कॉलेजच्या पहिल्याच दिवशी मला समोर उभं केलं आणि पप्पा भाषण झोडू लागले.

"हे बघ ऋतू, झालं ते झालं. आता नव्याने प्रारंभ करायचा. प्रॅक्टिकल, लेक्चर्स, नियमित अटेन्ड करायची आणि सरळ घरी यायचं.

कुठे कॅन्टीनमध्ये टाइमपास कर. लेक्चर बंक करून सिनेमा बघ असलं काही मी खपवून घेणार नाही. फ्रेंड्‌सबरोबर उनाडक्या नकोत, वाङ्‌मय मंडळात कार्यक्रमाच्या बहाण्याने चकाट्या पिटणं नको. एकदा नाक कापलंस तेवढं पुरे झालं. नाऊ बी सीरियस!'' इतकी पकले नं मी तो उपदेश ऐकता ऐकता. सगळं ऐकून घेतल्यावर नुसती मान डोलावली. आपल्या मुलीलाही काही भावना आहेत, तिच्या या वयात तिलाही मित्र-मैत्रिणींची गरज आहे. थोडीशी मौजमजा करायचा तिलाही हक्क आहे... हे असलं काही गावीही नाहीय त्यांच्या.

१६ ऑगस्ट

''आजी जाऊन आज चार दिवस झाले. मोठा आजार नाही काही नाही. किरकोळ सर्दीतापाचं दुखणं झालं आणि ती देवाघरी गेली. आमच्यातला मोठ्ठा दुवा निखळला. मला तर इतकं निराधार झाल्यासारखं वाटतंय. आजीशिवाय घर इतकं भकास दिसतंय; पण या घरात आता तिच्याविना राहायची सवय करायला हवी; पण कशी?... सारखे डोळे भरून येतात तिच्या आठवणींनी.

२० नोव्हेंबर

''सई, इथे भलताच झोल झालाय. मी नाही येऊ शकत तुझ्या बर्थ डे पार्टीला. आय ॲम सॉरी.''

''ऋतू, इतकं टोकाचं का बोलतीयेस? झालंय काय असं?'' सईचा उद्वेग तिच्या प्रश्नातून समजत होता.

''अगं, आपण प्रॉक्सी लावून गेलो होतो नं परवा सिनेमाला, ते घरात कळलंय कुठून तरी. पप्पा जाम खवळलेत माझ्यावर. मला नाही वाटत ते तुझ्याकडे उद्या पाठवतील मला असं.''

''डोंन्ट यू वरी. मी पटवते तुझ्या पप्पांना.'' मी काही बोलायच्या आत सईने ठेवूनही दिला फोन.

२१ नोव्हेंबर

''हे बघ सई, तुला पहिलं आणि शेवटचं सांगतो. यापुढे चुकूनही मला असल्या कारणांसाठी फोन करायचा नाही. ऋतू कुठेही येणार नाही. ती तुमच्यासारखी सामान्य नाही. तिला खूप मोठं व्हायचंय आयुष्यात. तेव्हा तिला नादी लावू नका आणि बिघडवू नका. इज दॅट

क्लिअर?'' सईला, माझ्या मैत्रिणीला दुखावणारे पप्पांचे हे बोचरे शब्द कायम माझ्या; माझ्याच कशाला, सईच्याही लक्षात राहतील.

२२ नोव्हेंबर

येस मेजर, मला चांगलंच समजून चुकलंय. या तुरुंगातून माझी लवकर सुटका होणं कठीण आहे ते. आज सई माझ्याशी एक शब्दही बोलली नाही. मला वाईट वाटलं; पण मला कल्पना आहे ती किती 'हर्ट' झाली असेल त्याची. ओह, हाऊ आय हेट माय फादर, हाऊ आय हेट हिम! सगळं आयुष्यच अळणी झालंय माझं. अगदी नॉन हॅपनिंग झालंय. मला ना करिअरमध्ये रस उरलाय, ना कॉलेज लाइफमध्ये. काय करू मी आता...

२६ नोव्हेंबर

आजकाल तर मला घरी येणंही नकोसं वाटतंय. कोण आहे मायेचं माणूस इथं? आजी सोडून गेली आणि आई तर काय पप्पांची सावलीच. त्यांच्या सुरात सूर मिसळणारी. स्वतःचं अस्तित्व गमावून बसलेली. मी पाहतीये तेव्हापासून ती अशीच आहे. हिटलरच्या धाकात राहिल्यानं असेल कदाचित; पण तिचं भरभरून प्रेम माझ्या वाट्याला आलंच नाही कधी.

पण आज एक चांगली गोष्ट घडली. बंगलोरहून नमूमावशीचा फोन आला. आई भाजी आणायला गेली होती आणि पप्पा कुठेतरी बाहेर. मनसोक्त गप्पा मारता आल्या. त्यामुळे जरा बरं वाटलं.

१ डिसेंबर

ग्रीष्माच्या काहिलीत अचानक शीतल वाऱ्याच्या झुळका याव्यात तसा नीरज आला माझ्या जीवनात. स्मार्ट आणि हँडसम. नीरज माझ्याहून एक वर्षानं मोठा आहे. इंटरकॉलेजिएट वक्तृत्व स्पर्धांमध्ये त्यानं कॉलेजला पहिलं बक्षीस मिळवून दिलं तेव्हा फ्रेंड्सबरोबर मीही पुढे होऊन त्याचं अभिनंदन केलं होतं- इतकंच!

७ डिसेंबर

आम्ही दोघं एका वर्गात नाही; पण नीरज हल्ली माझी विशेष दखल घेतो असं लक्षात येतंय. ओळखीचं रूपांतर हळूहळू मैत्रीत होतंय. त्याची हुशारी, त्याचा विनोदी स्वभाव, त्याचे मॅनर्स या

सगळ्याची मोहिनी पडतेय माझ्या मनावर... प्रेमात पडलेय का मी त्याच्या... कळत नाहीये; पण असेल कदाचित...

१० डिसेंबर

आज रोझ डे, नीरजने मला दिलेला लाल गुलाब खूप काही सांगून गेला. तो माझ्याविषयी दाखवत असलेली आस्था, त्याचं केअरिंग मनाला सुखवून गेलं.

१५ डिसेंबर

आज माझा वाढदिवस. नो पार्टी, नो बॅश! कॅम्पसवरच केक नेऊन सगळ्यांना खायला घातला. नीरजला आवडणारा ब्लॅक फॉरेस्ट. त्याने भेट दिलेला बुके इतका सुंदर होता. अर्थात घरी सांगितलं सगळ्या मैत्रिणींनी मिळून दिला असं. खरं सांगायची सोय होती का?

२० डिसेंबर

नीरज जवळ आला की हल्ली कसली धुंदी चढते कोण जाणे! पण तो नेहमी जवळ असावा असं सारखं वाटतं. त्याला नाराज करणं जमत नाही मला. त्यातूनच हॉटेलमध्ये जाणं, चोरून सिनेमा पाहणं, घरी खोटं बोलणं सुरू झालंय; पण नीरजला नकार देणं काही मला जमत नाही.

२३ डिसेंबर

आजच्या दिवसात नीरजचे एकट्याचे सोळा एस. एम. एस. 'आय मिस यू' तर आहेतच आणि 'जस्ट टू हिअर युअर व्हॉइस' म्हणून फोन करणंही सुरू झालंय त्याचं! गंमत वाटतीये या खेळाची!

१ जानेवारी

नव्या वर्षाचा पहिला दिवस. नवे संकल्प, नव्या आशा घेऊन येणारा. नवी स्वप्नं जागवणारा, माझ्यासाठी हे वर्ष काय घेऊन येईल?

४ जानेवारी

काल दुपारी 'थ्री इडियट्स'ला गेलो. सिनेमा सुरू झाला खरा; पण लक्ष पडद्याकडे लागतच नव्हतं. नीरज आज रंगात आला होता. हातात हात काय घेऊन बसला होता, मध्येच एकदा-दोनदा किस करायचाही प्रयत्न केला त्यानं. मग मात्र मी सावध झाले. त्याला मागे सीटवर ढकलून दिलं. 'सॉरी' पुटपुटला तो; पण मग आम्ही बाहेरच पडलो.

चौपाटीवर जाऊया म्हणाला. त्याची आर्जवं बघून मी हो म्हणाले. एव्हाना भूकही लागली होती. भेळ, पाणीपुरीवर ताव मारत असतानाच 'तो' दिसला. पप्पांच्या खास मर्जीतला देशमाने. त्यांच्या सिक्युरिटी कन्सल्टन्टसीमध्ये काम करतो. रोखून बघत होता तो.

माझ्या पाळतीवर तर नाही नं हा? कल्पनेनंच घाम फुटला. नीरजचा हात धरून त्याला ओढत धावत सुटले. रिक्षात सगळं सांगितलं त्याला.

५ जानेवारी

आज इन ऑर्बिटमध्ये शॉपिंगला गेले होते. तिथेही 'तो' घुटमळत होता. तरीच गेले काही दिवस मला संशय येत होता. कुणीतरी आपल्यावर लक्ष ठेवून आहे. म्हणजे पप्पांनी...?

पप्पा, तुमचा इतकाही विश्वास नाही राहिलेला पोटच्या लेकीवर?

७ जानेवारी

इकडे नीरज दिवसेंदिवस धीट होतोय. काल तर आक्रमक झाला होता अगदी. उघड्यावाघड्या, गलिच्छ शब्दांत त्यानं माझ्याकडे 'त्या' सुखाची मागणी केली. 'नाहीतर पप्पांना सांगतो तुझ्या' सरळ ब्लॅकमेल सुरू केलंय. तसाही देशमाने पप्पांना मीठ-मसाला लावून सांगेलच ते दिल्लीहून आल्यावर.

दोन्हीकडून माझं मरण आहे. नीरजला भेटायला जावं की आपणच पप्पांना सगळं सांगून टाकावं? आणि खरं किती जीव तोडून सांगितलं तरी त्यांचा विश्वास बसेल?... जो माणूस आपल्या सख्ख्या मुलीवर स्पायिंग करतो... तो! काय करू? कुठे जाऊ? सगळीकडे अंधारून आलंय. ओ गॉड, गिव्ह मी सम सनशाइन!

१० जानेवारी

विचार करकरून डोक्याचा भुगा झालाय. सुटकेचा एकच मार्ग दिसतोय. आत्महत्या. जीवन संपवून टाकलं की सगळे प्रश्नही चुटकीसरशी सुटतील.

पुढे ऋतूची डायरी अर्थातच कोरी आहे; पण काय घडलं असेल याचा अंदाज आपण करू शकतो. ऋतूच्या पप्पांना झोपेचा प्रॉब्लेम

आहे. त्यामुळे घरात नेहमी झोपेच्या गोळ्या असतातच. त्यांचा हेव्ही डोस घेऊन ऋतूने मृत्यूला कवटाळण्याचा प्रयत्न केला.

आई-बाबांना जाग आली तेव्हा ऋतू जीवन-मरणाच्या सीमारेषेवर रेंगाळत होती.

नशीब थोर म्हणून ती वाचली आणि डोळे उघडले तेव्हा तिला समोर दिसली नमूमावशी! तिची लाडकी नमूमावशी. नात्याने मामी; पण आईची बालमैत्रीण असल्यानं मावशी त्याहून आधीची! कुणा परिचितांमध्ये लग्न होतं म्हणून मुंबईला आली होती योगायोगानं! तिला बघितलं आणि डोळ्यातलं आभाळ रितं झालं... आजी गेल्यानंतर आज पहिल्यांदाच ती मन मोकळं करत होती. कितीतरी वेळ मावशी तिची समजूत घालत होती. तिला मायेनं थोपटत होती. ऋतूला डिसचार्ज मिळाला. सगळे घरी आले. घरात पाऊल ठेवलं मात्र, नमूमावशीनं दोघांना चांगलंच फैलावर घेतलं.

"शोभा, अगं तुम्ही माणसं आहात की राक्षस? आज तुमच्या मुलीचं काही बरं-वाईट झालं असतं म्हणजे? तिचं मन कधी जाणून घेतलंत? तिच्याशी कधी संवाद साधलात?"

"चल ऋतू माझ्याबरोबर. इथे आता क्षणभरही राहायचं नाहीस तू. बघूया कोण अडवतंय तुला ते."

कधी नव्हे तो ऋतूचा जन्मदाता खाली मान घालून निमूटपणे झेलत होता नमूमावशीचं वाक्ताडन! पश्चात्तापानी की नमूमावशी आय.ए.एस. असल्याने तिचा तेवढा अधिकार त्याला मान्य होता, ईश्वर जाणे. आईच्या डोळ्यांतले अश्रू थांबत नव्हते. चांगली मैत्रीण तर सोडाच, आपण आपल्या मुलीची चांगली आईही होऊ शकलो नाही हा विचार काळीज कुरतडत होता. आज ऋतूशी जोडलेली तिची नाळ खऱ्या अर्थाने तुटली होती आणि त्याच वेळी ऋतूने तिच्या हक्काच्या आयुष्यात प्रवेश केला होता. नवं आयुष्य घडवण्याची जिद्द आणि बंधनातून मुक्त झाल्याचा आत्मविश्वास आता तिच्या नजरेत झळकत होता.

◆

(मेनका, जुलै २०१०)

'नॉट विदाउट यू'

''**आ**ज्जी कुठेय? बाबा, आज्जी कुठे गेली? आज्जी, ए आज्जी,'' छोटी जुई आजीला घरभर शोधून दमली आणि हॉलमध्ये चहा पिणाऱ्या बाबांकडे धावली. ''बाबा, सांगा नं मला. मी आल्यापासून दिसलीच नाहीये ती.'' रडवेली होऊन जुई विचारत होती. आता दुपारी तर त्या दोघी मामाच्या गावाहून आल्या होत्या. दिनेशमामाचं, आईच्या मामेभावाचं लग्न होतं म्हणून आईनं चार दिवस रजा घेतली होती. येताना किती आनंदात होती जुई! लग्नातल्या केवढ्या गमती- जमती सांगायच्या होत्या आजीला. नदीवर गेलो होतो. तिथे तिच्या काठावर पाण्यात पाय बुडवून बसलो असताना इटुकल्या मासोळ्या कशा पायांना गुदगुल्या करून जात होत्या. आमराईत हिरव्याकंच कैऱ्या कशा सहज हाताने काढता येतील इतक्या उंचीवर झाडा झाडांतून डोकावत होत्या. चिंगीकडे कसे सागरगोटे खेळलो होतो. इतकं काही सांगायचं होतं. शिवाय मोठ्या मामींनी तिला दिलेला छानसा नवीन फ्रॉक दाखवायचा होता.

पण आजीचाच पत्ता नव्हता. आजी कलत्या दुपारी राममंदिरात जाते. भजनीमंडळातही जाते; पण इतका उशीर तिला कधीच होत नाही. जुईला आता रडू आवरेना. ''आई गं, मला सांग नं आजी कुठे गेलीये. आत्ताच्या

आत्ता भेटायचंय मला तिला.'' मग बाबांनी तिला जवळ घेतलं, तिचे डोळे पुसले आणि म्हणाले, ''सोन्या, अगं कालच गावाला गेली आजी. अचानक काही काम निघालं.'' ''पण मला न सांगता कशी गेली ती? आणि येणार कधी परत?'' जुईचे प्रश्न चालूच होते. ''काम तसंच महत्त्वाचं होतं, बेटा. आणि आता रडायचं नाही हं. शहाणी नं तू. आपल्या बाबांना नाही का दाखवणार तुझा नवा फ्रॉक? मला सांग नं काय धमाल केलीत तुम्ही तिथे?'' फ्रॉकचा विषय निघाल्यावर जुईची कळी खुलली आणि क्षणार्धात आपलं दु:ख विसरून ती फ्रॉक आणायला पळाली.

आता वृद्धाश्रमातल्या त्या कृष्णमंदिरात मूर्तीसमोर हात जोडताना जुईला लख्ख आठवले ते क्षण. सुरवातीचे काही दिवस तर तिने रडून गोंधळ घातला होता. 'गोष्ट सांगायला आजी नाही.' 'कुशीत झोपायला आजी नाही.' 'वरणभात भरवायला आजी नाही.' पदोपदी तिला आजीची सय यायची. आजीविना त्या घरात तिला करमायचं नाही मुळीच. खूप उदास वाटायचं. सारखे डोळे भरून यायचे. 'आजीचं काम संपतच नाहीये' ऐकल्यावर मग 'मला न्या तिच्याकडे' असा धोशा सुरू झाला; पण एक दिवस ''तुझी आजी देवाघरी गेली,'' आईच्या तोंडून ऐकलं आणि जुईची खात्री पटली. आता आजी पुन्हा कधीच आपल्याला भेटणार नाही.

पुढे काळाच्या ओघात हळूहळू ते दु:खही कमी होत गेलं. बाबांनी नंतर ते घरही बदललं अन् गावही. सगळे मुंबईला आले. नवं घर, नवं शहर, नव्या मैत्रिणी, नवी शाळा... जुईचं वर्तुळ विस्तारत राहिलं आणि आता तर केवळ आपल्यावर खूप खूप माया करणारी एक मनू आजी होती इतकंच लक्षात राहिलं.

काळाचा प्रवाह पुढे जात राहिला. जुई आता कॉलेजकन्यका झाली होती. समाजसेवेची विलक्षण आवड असल्यानं तिनं आईच्या मर्जीविरुद्धच M.S.W. ला प्रवेश घेतला होता आणि त्या अभ्यासक्रमाचाच एक भाग म्हणून उद्या मुंबई- जवळच्याच एका वृद्धाश्रमाला भेट द्यायची होती.

उर्वी, पूजा आणि जुई तिथे पोचल्या तेव्हा तो निसर्गसुंदर परिसर बघून हरखूनच गेल्या. सुरेखसा बगिचा, कडेने लावलेली कडुनिंबाची झाडं, बगिच्यामध्ये देखणं कृष्णमंदिर, बागेत शीळ घालणारे विविधरंगी

पक्षी! मन मोहून गेलं. बाहेरून पाहणाऱ्याला कल्पनाही आली नसती इथे वृद्धाश्रम आहे अशी. इतका प्रसन्न परिसर होता तो.

मात्र आत शिरल्यावर दृश्य बदललं. तेथील वृद्धांचे केविलवाणे चेहरे दृष्टीस पडले आणि पोटात तुटलं. गर्दीमध्येही एकाकी पडलेले, घरातल्यांच्या मायेला वंचित झालेले, निरुपयोगी म्हणून अडगळीत टाकून दिलेले ते आजी-आजोबा पाहून जुईला नुकत्याच वाचलेल्या सिमॉन बोव्हांच्या The Old Age या पुस्तकाची आठवण झाली. त्यात तिनं म्हटलं होतं.

"वार्धक्य म्हणजे एक प्रकारचं सत्तांतर."

रिटायर झाल्यावर वृद्धापकाळातील क्रियाशून्य दिनचर्या, एकलेपणा, कंटाळा, निरर्थकता अधिकच गडद होत जातं.

-भविष्यकाळाचा झपाट्याने संकोच होत असतो. याउलट पाठीवरचे भूतकाळाचे ओझे जड होऊ लागते. वेळ कमी असतो व शक्ती तोकडी पडते, त्यामुळे माणसे स्वार्थी व स्वकेंद्रित होत जातात... भरीला भावनिक रितेपण... या सर्व नकारात्मक भावनांची गोळाबेरीज होऊन माणसे अधिक कुढी बनतात. म्हणून वार्धक्य जेवढी कौटुंबिक, तेवढीच राजकीय व सामाजिक समस्या आहे."

किती साकल्याने विचार केला होता या लेखिकेने. जुईला कुठेतरी वाचलेली ती 'गार्बेज' कथाही आठवली. आपल्या भावी पतीला साखरपुड्याच्याच सायंकाळी घरातल्या 'गार्बेज'चं तू लग्नानंतर काय करणार आहेस असं विचारणारी ती मस्तवाल निर्लज्ज मुलगी! परिणामत: ते लग्न मोडतं.

रेवाताईंच्या सूचनेनुसार प्रत्येकीनं घरून काही ना काही खाऊ करून आणला होता. ही मुलं-मुली आपल्यासाठी खाऊ घेऊन आलीयेत, वेळ व पैसा खर्च करून आपल्याला भेटायला इतकं दूरवर आलीयेत याच गोष्टीचं त्या आश्रमवासीयांना इतकं अप्रूप वाटत होतं; कारण ते आजी-आजोबा खाऊचे भुकेले नव्हते तर प्रेमाचे, संवादाचे भुकेले होते. मुलांच्या हातून खाऊ घेताना कुणाचे डोळे भरून येत होते; तर कुणी ही संधी साधून तरुणाईशी संवादाचे पूल साधत होतं. इकडे कधीच न फिरकणाऱ्या आपल्या नातवंडांना शोधत होते का ते या मुलांमध्ये?

पाणावलेल्या डोळ्यांनी जुई तिथून पुढे गेली. कृष्णमंदिरात पाठमोऱ्या

बसलेल्या त्या आजींकडे तिचं लक्ष गेलं. जवळ गेली तर परिचित स्तोत्र कानी पडलं.

वसुदेवसुतम् देवं कंसचाणूरमर्दनम्
देवकी परमानन्दम् कृष्णं वंदे जगद्गुरुम।।

जुई थबकली, मन भूतकाळात गेलं. तिच्याकडून संध्याकाळी 'शुभंकरोती' म्हणून घेणारा तोच अनुनासिक स्वर, तीच कृश शरीरयष्टी, वयोमानाने आता अधिकच पिकलेला; पण तोच दाट केसांचा अंबाडा, स्वरातील तीच आर्तता. जुईच्या काळजाची तार छेडली गेली. ही आपली मनू आजी तर नव्हे? तीच, तीच आहे ही; पण बाबा तर म्हणाले होती ती देवा... भावनावेगाने जुईला कंप सुटला. नकळत तिच्या तोंडून 'आज्जी गं' शब्द बाहेर पडले. वाद्याची तार तटकन तुटावी तसं आजीचं 'श्रीकृष्णाष्टक' थांबलं. त्यांनी डोळे उघडून मागे बघितलं. "कोण" विचारताना स्वरात उमटलेली थरथर जुईला स्पष्ट जाणवली. डोळ्यांत विस्मय दाटून आलेला. समोरची ही सुंदर तरुणी जुई, आपली जुई तर नाही नं? "आज्जी, हो मीच तो तुझा 'लाडू'..." वाक्य पुरं व्हायच्या आत गळामिठी पडली. जुई किती वेळ हमसून हमसून रडत होती. "आर यू ओ.के.?" उर्वी, पूजा, तनयच्या नजरेत उमटलेल्या प्रश्नाला तिनं नजरेनंच उत्तर दिलं, "नंतर सांगते सारं."

बऱ्याच वेळाने जुई शांत झाली. तिची हरवलेली लाडकी मनू आजी आज पुन्हा सापडली होती. "बाळा, किती मोठ्ठी झालीस गं. काय करतेस आता? आई-बाबा कसे आहेत?" तीच स्निग्धता, तोच ओलावा, ज्यांनी हा रस्ता तिला दाखवला त्यांना क्षमा करण्याइतकं मोठ्ठं मन. कसं असं आईचं काळीज? जुईच्या प्रत्येक प्रश्नावर घट्ट ओठ मिटून घेतले तिनं अन् शेवटी इतकंच म्हणाली, "प्रारब्धाचे भोग एकेकाचे."

"आज्जी, निघते मी आता. तू नाही सांगितलंस तरी कळलंय मला सगळं. पुन्हा येईन ती तुला घ्यायला... तुझ्या हक्काच्या घरी न्यायला." जुईचे ते शब्द ऐकल्यावर मात्र आजीचा चेहरा कावराबावरा झाला. "नको सोन्या, भलता हट्ट करू नकोस. तुला जमेल तेव्हा तू मला भेटायला इथे येत जा नं. मला तेवढं पुरे. आता पैलतीरी डोळे लागलेत. तेव्हा माझ्यामुळे घरातली शांतता भंग नको पावायला"

"आजी, बस्स, काही बोलू नकोस पुढे. मी हे माझं कर्तव्य समजते आणि त्यात जर कसूर केली तर मी आयुष्यात स्वत:ला कधी माफ करू शकणार नाही. येते मी. टेक केअर."

परत फिरताना जुईनं तिथल्या ए.ओ.ची भेट घेतली. त्यांना पूर्वकल्पना दिली आणि जड पावलांनी तिथून बाहेर पडली. बराच उशीर झाला होता. आई-बाबा काळजीत पडले असतील, तिच्या मनात आलं; पण फोन करावासा नाही वाटला.

अपेक्षेप्रमाणे आई तणतणली, "आज इतका उशीर का झाला? किती फोन केले तुला. एकही घेतला नाहीस. एखादा एस.एम.एस. तरी करायचास नं... काय समजायचं आम्ही? कसल्या field trips काढताय. इतक्या मोठ्या झालात तरी जबाबदारी कळत नाहीये स्वत:ची. आणि निघताना धड सांगितलंही नाहीस कुठे जाताय ते."

"अगं हो हो, किती तोफा डागशील.... कूल डाउन." जुई हसून म्हणाली, "बरं, मला जाम भूक लागलीये. जेवण वाढशील? आलेच मी फ्रेश होऊन." "हूं. या लवकर. मी पण थांबलीये तुझ्यासाठी." आई म्हणाली.

"मी नं आज इतकी आनंदात आहे म्हणून सांगू. खूप दिवसांनी माझी बाल- मैत्रीण भेटली होती." जुई म्हणाली. "हो? कोण भेटलं होतं गं. दीपा की ऋता? करते काय ती?" उत्सुक आईचा प्रश्न. त्यावर थंड आवाजात उत्तर आलं, "नाही. तिचं नाव मनूताई वर्दे." जुईनं आईच्या चेहऱ्याकडे पाहिलं. आई कावरीबावरी झालेली. तेवढ्यात बाबाही आतून आले. "हो, तीच माझी सख्खी बालमैत्रीण. तुझी सासू आणि बाबा, तुमची जन्मदात्री, माझ्या बालपणातली सर्वांत जवळची मैत्रीण."

"म्हंजे तू... तुला..."

"माझ्या सुदैवाने म्हणा किंवा तुमच्या दुर्दैवाने, मला आज कळलं की माझी आजी जिवंत आहे आणि इतकी वर्षं ती मेली असं सांगून तुम्ही मला फसवत आलात. इतकंच नाही तर त्यानंतर तुम्ही तिला भेटायलाही गेला नाहीत हेही मला कळलंय." बोलता बोलता जुईचा आवाज तापत गेला. "का एवढी नकोशी झाली होती तुम्हाला ती?"

"जुई, ऐक बाळा, तसं काही नाहीये..." बाबांचा क्षीण प्रयत्न.

"बस्स, मला तुमच्याकडून कसलंही स्पष्टीकरण नकोय. कारणं नकोयत. मी इतकंच सांगेन फक्त. आजीची माफी मागून सन्मानानं तिला घरी परत आणा. नाहीतर..." क्षणभर थांबून जुईनं शेवटचा घाव घातला. "नाहीतर मी हे घर सोडून जाईन, कायमची. तुमची मुलगी तुम्हाला मेली असं समजा." "पुरे जुई. अगं किती बोलशील? क्षमा कर आम्हाला." "उं हू. माझी माफी नाही. आजीची मागायची तिथे येऊन. तुमच्या अपराधाचं प्रायश्चित्त तिथपासून सुरू होईल." इतकं बोलून जुई उठून गेली.

या आकस्मिक घटनेने हादरलेले रमेश, शीला रात्रभर तळमळत होते. तीच रात्र नव्हे, तर पुढच्या सर्व रात्री! भूतकाळात केलेली पापं समोर उभी राहून भेडसावत होती. 'आपल्याला बिझनेस करायचा होता... आईच्या जिवावर! कोकणातलं ते घर विकून त्याचे पैसे तिने आपल्याला द्यावेत म्हणून लकडा लावला होता आपण; पण ती बधत नव्हती. म्हणून रागाच्या भरात आपण तिला तिकडे नेऊन टाकलं... आणि तेव्हापासून तिचं नांवही टाकलं. आपल्या मेव्हण्याने, मित्राने थोडीफार मदत केली; पण आईने नाही याचं शल्य काळाच्या ओघात पण बोथट नाही झालं... तोच राग धरून आपण तिला 'डिसओन' केलं. इतकी वर्षं साधी चौकशीही केली नाही तिची.'

रविवार उजाडला. जुईनं आश्रमातल्या ए.ओ.कडे आवश्यक तो व्यवहार पूर्ण केला. आणि ती आजीकडे आली. आजी शून्यात नजर लावून बसलेली असली तरी मनात वादळं उठत होती. 'खरंच येईल का जुई मला न्यायला? इतकी वेडी आशा लावून गेलीये; पण तिला घरातून विरोध नाही नं होणार?' "आज्जी, लक्ष कुठेय तुझं? मी आलीये घ्यायला तुला." जुईच्या हाकेनं ती भानावर आली. खरंच जुई आली? आजीच्या मनाची घालमेल थांबली. आता प्रतीक्षा संपली होती. मागोमाग रमेश, शीला आले. रमेशनं तर साष्टांग नमस्कार घातला. "आम्ही चुकलो आई, क्षमा करा मोठ्या मनानं आम्हाला. चला आपल्या घरी." पुढे बोलवेना शीलाला.

मनू आजी काठीचा आधार घेत उठली. जुईकडे बघून हसली. "चल आज्जी, आता तुला हिची काहीच आवश्यकता नाहीये." म्हणत जुईनं काठी दूर केली. आजीच्या थकल्या, डगमगत्या पावलांना आता

जुईच्या प्रेमळ पण कणखर हातांचा आधार मिळाला होता. सारे आश्रमवासी हा जगावेगळा कौतुकसोहळा पाहायला हजर झाले होते. ''मनूताई, किती भाग्यवान तुम्ही. अशी गुणी नात मिळालीये तुम्हाला.'' ''मनूताई, तुमचं उर्वरित आयुष्य सुखासमाधानात जावो हीच सदिच्छा.''

आजीनं क्षणमात्र फाटकात थांबून त्या साऱ्यांचा, त्या वास्तूचा निरोप घेतला. आपल्या लाडूकडे बघून हसली. एका डोळ्यात कृतज्ञतेचे आसू तर दुसऱ्यात आनंदाचे आसू जमा झाले होते. तिला जवळ घेत जुई पुटपुटली, 'नॉट विदाउट यू.'

◆

(रोहिणी, मे २०११)

'**आ**युष्याची झाली रात। मनी पेटे चंद्रज्योत।
भय गेले मरणाचे। कोंब फुटले सुखाचे।।
पायघडी ही देहाची घालुनी मी वाट पाही।
सुखवेडी मी जाहले। देहोपनिषद सिद्ध झाले।।

दुर्गाताईंच्या प्रतिभेनं या देहोपनिषदात मरणाचा कसा उत्सव करून टाकलाय नं! अटळ, अविनाशी आणि अमंगल समजला गेलेला मृत्यू आणि त्यायोगे मनुष्यजन्माला ग्रासणारी एक अखंड निरुत्तरता. कसा असेल हा मृत्यू? साधुसंत त्याला मोक्षाचे महाद्वार मानतात. स्वर्गाचा सोपान म्हणून गौरवतात. खरंच तो तसा असेल की एका जन्माचा केवळ अंत असेल? वस्त्र बदलावं तसा आत्मा देह बदलतो. वासांसी जीर्णानि यथा विहाय...

पण मग या महन्मंगल सोहळ्यावर असा शोकसाज का चढवलाय माणसानं? प्रियजनांचं विरहदुःख व्याकूळ करतं म्हणून की, देहाच्या पिंजऱ्यातून प्राणपक्षी उडून जाताना वेदनेचा कल्लोळ उठतो म्हणून?

आणि नंतर काय?

मृत्यूची ती थंडगार, काळोखी गुहा ओलांडल्यावर पुढे काय असेल? झगझगीत प्रकाश, मोक्षाचे राऊळ की, 'पुनरपि जननं पुनरपि मरणम्?'

सगळंच गूढ, अतर्क्य, अज्ञात...'

ऐसी अक्षरे

पूर्वाच्या डायरीतलं पान संपलं होतं. माझं अवघं अंग हुंदक्यांनी गदगदू लागलं. तिच्या मरणाचं दुःख ताजं असतानाच जणू त्या जखमेवर कुणी पुन्हा घाव घातला होता.

पूर्वा पंचत्वात विलीन होऊन आज दीडेक महिना झाला होता. किती झटपट झालं होतं सारं! पियूचा यंदा संक्रांतीचा सण. किती हौशीनं पूर्वाने हलव्याचे दागिने बनवले होते तिच्यासाठी! आणि चारच दिवसांनी ती अभद्र बातमी कानी आली, पूर्वाच्या मृत्यूची!

फिटनेस फ्रीक असणारी पूर्वा... रसिक, हौशी, सदा हसतमुख, जीवनावर भरभरून प्रेम करणारी, दुसऱ्यांच्या मदतीला सदैव धावून जाणारी पूर्वा अचानक अशी आपला निरोपसुद्धा न घेता कशी निघून गेली? पन्नासहून अधिक वर्षांचा आपला सहवास नियतीच्या एका फटकाऱ्याने पुसून टाकला. किती बेसावध होतो आपण!

आठवतोय तो दिवस... पहाटेचे चार-पाच वाजले असावेत. थंडीचे दिवस. दिशा अजून उजळल्या नव्हत्या. घरात मी एकटीच. शिरीष दिल्लीला ऑफिसच्या कामासाठी गेलेला आणि चिरंजीव बंगलोरला होते सध्या.

म्हणून असेल कदाचित, अशा अवेळी फोनची रिंग ऐकून कापरंच भरलं. घ्यावा की नाही? कोण असेल या वेळी? या विचारात असतानाच फोन बंद झाला आणि सेलचा रिंगटोन ऐकू येऊ लागला. मग मात्र सारं धैर्य एकवटून मी सेल उचलला. "मावशी, मी जय बोलतोय... आई गेली..." "काय?" मी खाडकन जागी झाले. डोळ्यांवरची उरलीसुरली पाखरझोपही उडाली. मग त्याच्या तुटक, रडवेल्या शब्दांतून कळलं ते असं - पहाटे दोन-अडीचच्या सुमारास छातीत दुखतंय म्हणून पूर्वाने रविनला जागं केलं. डॉक्टर बोलावले... हॉस्पिटलमध्ये नेतानेताच सारं संपलं. मॅसिव्ह हार्ट ॲटॅक!

ऐकता ऐकता साऱ्या संवेदना गोठून गेल्या. कितीतरी वेळ मी सुन्न होऊन बसले होते. भानावर आले ती दुधवाल्याच्या कर्कश बेलने. मग शिरीषला फोन केला. जास्त बोलवेना तेव्हा त्यानंच, 'मिळेल ती पहिली फ्लाइट पकडून येतो. स्वतःला सावर आणि लवकर निघ. या क्षणी तू तिथे जयजवळ असायला हवंस.'' इतकं बोलून फोन कट केला.

रविन-पूर्वाच्या त्या घरकुलात प्रवेश करताना आज पाय जडशीळ

झाले होते.

“मरण काही सांगून, वाजतगाजत येत नाही; पण वयस्कर असला माणूस, आजारी असला तर मनाची तशी थोडीफार तयारी झालेली असते.” “हो नं, अहो, तिच्या नखात रोग नव्हता. किती छान मेन्टेन केलं होतं स्वत:ला.” “खरंच, चाळिशीतल्या वाटायच्या; पण एका अर्थाने भाग्यवान. लोळागोळा होऊन खितपत नाही पडल्या.” “अहो, आमच्या नात्यातल्या एक बाई... नवऱ्याबरोबर दुपारचा चहा घेता घेता कलंडल्या. काही मिनिटांचा खेळ!” शेजारणी कुजबुजत होत्या; “पण असं अचानक निघून जाण्याने घरच्या माणसांना केवढा धक्का बसत असेल, नाही.” “हं तेही खरंच.” पूर्वाचा निश्चल देह आणला गेला आणि सगळ्या जणी गप्प झाल्या. समोर शांत झोपलेली, महायात्रेला निघालेली पूर्वा दिसली मात्र, इतका वेळ थोपवलेले अश्रू मला न जुमानता वाहू लागले.

नात्याने आम्ही मावसबहिणी. आमचं घर नाशिकला आणि पूर्वाचं मुंबईत; पण दर सुट्टीत पुण्यातल्या आजोळी येणं ठरून गेलेलं. दिवाळी असो वा मे महिना– इतक्या आतुर असायचो आम्ही पुण्यात यायला! आम्ही दोघी, गणेशमामाचा छोटा प्रसाद आणि वाड्यातली इतर मुलं. दुपारभर धिंगाणा घालायचो नुसता– भातुकली, लपाछपी, सागरगोटे, पत्ते खेळणं... भांडणं, रुसवेफुगवे, अबोले... आणि मग घेतलेली बट्टी. मामाच्या उत्साहाला तर उधाण यायचं. आज काय सारसबाग, उद्या पर्वती दर्शन. एक दिवस खास सिंहगडासाठी राखून ठेवलेला... काय एक्साईटमेंट असायची! आणि तशीच एक्साइटमेन्ट लक्ष्मी रोडवर फिरताना यायची. दर दिवाळीत आपल्या लाडक्या भाच्यांना मामा नवीन फ्रॉक घेऊन यायचा. सुट्टी संपत आली की एकीकडे घरी जाऊन कधी मैत्रिणींना नवा फ्रॉक दाखवतीये असं व्हायचं, तर दुसरीकडे आजीची वत्सल मिठी सोडून येताना भारी दु:ख व्हायचं.

कसे फुलपंखी दिवस होते ते. पुढे मी जर्मन भाषेची प्राध्यापक झाले. पूर्वाने डिग्रीनंतर फॅमिली कौन्सिलिंगचा कोर्स करून स्वतंत्र प्रॅक्टिस सुरू केली. योगायोग असा की, आमची दोघींची लग्नं झाली तीसुद्धा सख्ख्या मित्रांशी. शिरीषचा-माझा प्रेमविवाह. रविन, शिरीषचा सख्खा मित्र. अशा जोड्या जुळल्या आणि आम्ही कायमच्या पुणेकर

झालो. आमचं कुटुंब आता अधिक विस्तारलं होतं. यथावकाश या एक्सटेन्डेड फॅमिलीत आमची पियू, वेद आणि रविन-पूर्वाचा जय यांची भर पडली.

आणि आज काळाने तिला उचलून नेलं होतं. काही दिवसांपूर्वीच जयचा साखरपुडा झालेला. त्यासाठी तो खास यू.एस.हून आलेला. घर किती आनंदात नाहत होतं त्या दिवशी!

पूर्वाच्या जाण्यानं पोकळी निर्माण झाली होती. ५५-५६ हे काय जाण्याचं वय होतं? अगदी 'जातस्य हि धृवो मृत्यु!' म्हटलं तरी अंतर्मन काहीतरी वेगळाच संकेत देत होतं.

"नीरा, अगं किती दु:ख करशील? घरात लक्ष नाही तुझं. धड खातपीत नाहीयेस. असं करून कसं चालेल? लाइफ गोज ऑन. आपण जिवंत आहोत नं, मग आपलं आयुष्य नीट नको जगायला?" शिरीष मला सावरू पाहत होता.

कालचक्र त्याच्या गतीनं फिरत होतं. असाच एक रविवार शिरीषचा सेल वाजला. तो बाहेर गेला होता. रविनचं नाव दिसलं म्हणून मी घेतला. "नीरा, आज वेळ काढून घरी याल का संध्याकाळी, प्लीज? मी वाट बघतोय." जरा विचित्रच सूर वाटला त्याचा.

आम्ही संध्याकाळी गेलो तेव्हा घरातलं वातावरण विलक्षण गंभीर, तणावपूर्ण. पूर्वा गेली तेव्हा नव्हता इतका आज मला रविन करुण वाटत होता. जयही अमेरिकेला परत गेला होता, त्यामुळे असेल कदाचित.

आम्ही स्थिरस्थावर झाल्यावर रविनने माझ्या हातात डायरी दिली. "ही पूर्वाची पर्सनल डायरी. बघ वाचून." माझा चेहरा वाचला असावा त्याने. "अगं, आता कसली प्रायव्हसी? आणि तसेही तुम्ही कुठे परके आहात?"

डायरी म्हणजे एखाद्याचं अत्यंत खासगी विश्व. त्याची ती 'स्पेस' जपणं मला खूप मोलाचं वाटतं; पण या क्षणी रविनच्या स्वरातलं ते आर्जव मला ती सीमा ओलांडायला विवश करतंय. नाइलाजाने मी ती डायरी हातात घेतली.

आरंभी दुर्गाताईंचं देहोपनिषद

त्यानंतरच्या एका पानावर तारीख होती मागच्या फेब्रुवारीतली.

“जय अमेरिकेला जाऊन आज चार महिने झाले. एकीकडे पुत्रवियोगाची हुरहुर, तर दुसरीकडे आपलं पिल्लू गरुडझेप घेऊ पाहतंय याचा आनंद.

आज जग जवळ आलं असलं तरी आपल्या पोटची पोर त्यापायी सहस्त्र योजनं दूर जातात आपल्यापासून. हूं... कालाय तस्मै नमः!”

त्यानंतरच्या एका पानावर-

“आज एक छान लेख वाचनात आला. एका बुलबुल पक्ष्याचा संपूर्ण जीवनप्रवास लेखकाने उभा केलाय आत्मकथनामधून, सुंदर!”

जीवन-मृत्यू इतके हातात हात घालून चालतात? त्या बुलबुलची पहिली भिडू (हा त्याचाच शब्द) काटेरी झुडुपात अडकून मरून गेली तेव्हा त्याने दुसरीबरोबर प्रपंच थाटला.

माणूस इतक्या सहज विसरू शकतो का आपल्या सहचरीला? रविन काय करेल मी गेल्यावर? त्याला जाणवेल का ती पोकळी? की हल्लीच्या ट्रेन्डप्रमाणे तोही लिव्ह-इन पार्टनर शोधेल? आणि मग ती त्याची पार्टनर त्याची कवळी शोधून हातात देईल... कल्पनेनंच हसू फुटलं मला; पण एनीवे, रविन असं काही करणं अशक्य.”

वाचता वाचता मलाही हसू आलं; पण प्रसंगाचं गांभीर्य ओळखून मी ते ओठांतच जिरवलं.

विमलाताई सांगतात, जीवन-मरण एका दिव्य आणि भागवत महाजीवनाच्या रासलीलेचा एक भाग आहेत.

मृत्यू म्हणजे काय?... अहंभाव आणि ममत्व यांचं विसर्जन.

शांत मनाने, आनंदाने, प्रसन्नपणे जगाचा निरोप घेणे ही एक क्रीडा होती.

इदं मम, इदं मम करत पसारा आपणच वाढवला. तीही एक क्रीडा होती.

आता ‘इदं न मम’ म्हणत तो परिग्रहाचा सोस कमी करायचा.

कमलपत्राप्रमाणे अलिप्त व्हायचं. जमेल आपल्याला असं निर्मम होणं?

एक मात्र खरं, मरणं यावं ते वाऱ्याने दिवा शांत व्हावा इतक्या सहजतेने. कसली वेदना नको, कुणाकडून कसली सेवा नको... यमदूताने चल म्हटलं की, निमूटपणे त्याचं बोट धरून निघावं.”

पण हे असे मरणाचे विचार का येतायत पूर्वाच्या मनात? मी

दचकले. तिच्या मनाचा हा कप्पा तिनं माझ्यासमोरही कधी उघडला नव्हता. थोडी दुखावलेही.

"तसंही आपल्या हाती काय आहे? कळसूत्री बाहुल्या आपण. एक मात्र खरं. 'त्या' प्रदेशाची अनामिक ओढ लागलीये. त्या चैतन्यात मिसळून जायची ओढ, सर्व सुखदु:खांच्या, हर्ष-शोकाच्या अतीत जायची ओढ."

वाऱ्याने डायरीची पानं फडफडली. आज एक अद्‌भुत गोष्ट वाचनात आली. "स्टीव जॉब्ज ॲपलचा निर्माता!" जे काही करायचं ते आज, आत्ताच. उद्या कुणी पाहिलाय? झपाटून काम केलं त्याने.

पण ती स्वयं-सूचना खोल खोल अतंर्मनात झिरपली आणि तिने तिचं काम केलं... त्याला तो दुर्धर रोग झाला; पण त्यातूनही तो त्याच स्वयं-सूचनेच्या जोरावर बाहेर आला आणि ॲपलचा जन्म झाला.

वाचून थरारून गेले. मनाचं सामर्थ्य अचाट असतं हे अभ्यासलं होतं तरीही! ही शक्ती सत्कार्यासाठी वापरली तर ईश्वरासारखी मदतीला धावून येते. आपलं भलं करणारं, आपल्याला निरोगी, सुखी ठेवणारं आपलं मनच. ते सकारात्मकरीत्या राबवायचं की नकारात्मक, ते मात्र आपणच ठरवायचं."

हे सारं खरं असेल का? माझी मती वाचता वाचता गुंग झालीये. एकामागून एक आश्चर्यं समोर येतायत.

"आणि आजचा तो छोटासा लेख. लिखित स्वरूपात मनोवांछित प्रकट केलं की, ते हमखास पूर्ण होतं, हे सांगणारा लेख. दोन-तीन उदाहरणं दिली होती. त्यातलं एक तर खासच! एका स्त्रीला लंडन शहर फारच आवडायचं. तिथे कायमचं सेटल व्हावं असं तिचं स्वप्न होतं. आपल्या डायरीत तिने तसं लिहायला सुरुवात केली आणि अहो आश्चर्यम्! वर्षाच्या आतच तिचं हे स्वप्न साकार झालं. नवऱ्याला तिथे जॉब मिळाला आणि ती लंडनवासी झालीही

थोडक्यात काय, स्वप्नपूर्ती झाल्याचं व्हिज्युअलाईज करणं काय किंवा लिखित रूपात ती इच्छा प्रकट करणं काय? मार्ग वेगळे; पण ध्येयाकडे घेऊन जाणारे. स्वयंसूचना अशी अंतर्मनात झिरपत गेली की तुम्ही त्रिभुवन अंकित करू शकता. त्या साध्वींनी टी.व्ही.वरच्या त्या कार्यक्रमात हेच वेगळ्या भाषेत मांडलं होतं की!

बिलिफ सिस्टिम, ॲटिट्यूड-थॉट-डेस्टिनी-''

एखादी परीकथा वाचावी तशी मी रंगून गेलीये पूर्वाच्या डायरीत! नंतर बरीच पानं कोरी.

''मध्यंतरी माईआत्या येऊन गेली. तिच्या गुरूंचा सहस्त्रचंद्रदर्शनाचा सोहळा संपन्न झाला. त्यासाठी मुद्दाम इंदूरहून आली होती ती. मीही तिच्या आग्रहावरून त्यांच्या दर्शनाला गेले होते. ऋषितुल्य, तेजस्वी व्यक्तिमत्त्व. उत्तम ज्योतिष बघतात ते; पण मूड असेल तरच. त्यांचा तो व्यवसाय नाही आणि काय काय सांगत होती आत्या.

त्यावरून एकदम आठवण झाली रविनच्या पत्रिकेची. त्याच्या जन्मपत्रिकेत पासष्टीनंतर गंडांतर योग लिहिला होता. दीडेक वर्षांपूर्वी त्याचा साठीशांतीचा, षष्ट्यब्दिपूर्तीचा सोहळा केला होता आपण. आणि आता? चरकलं मन. विसरच पडला होता आपल्याला. याचा अर्थ त्याची थोडीच वर्ष राहिलीयेत? पुढे पत्रिकेत हेही म्हटलं होतं की, हे गंडांतर टळलं तर पुढे वयाची ऐंशी गाठतील सहज. जय असा दूरदेशी. आज इथे तर उद्या तिथे. तो परत येईल याचा काय भरवसा? चांगली ऑफर आली की, ही मुलं तिथेच सेटल होतात. इथे आईबाबांनी त्यांच्या वाटेकडे डोळे लावून बसायचं आणि समजा मागे-पुढे झालो जर आपण एकट्याच? त्या दातेबाईंसारख्या... त्या गेल्यावर दोन दिवसांनी आला तो. शेवटची भेट पण नाही झाली.

''नाही,'' मी किंचाळले. रविन घाबरून जागा झाला. ''काय झालं पूर्वा? वाईट स्वप्न पडलं का?'' तो थोपटत होता. ''घे, पाणी पी.'' त्याने ग्लास पुढे केला; पण मी त्याचा हात घट्ट पकडून ठेवला. दोन-तीन वर्षांनंतर हा हात असाच राहील का माझ्या हातात.''

पूर्वाचे विचार या दिशेने चाललेत असं रविनलाही कधी वाटलं नसेल. ती पॅरॅनाईड तर नाही झाली ना? इतकी इनसिक्युअर का झालीये ती?

''मी नाही घडू देणार असं. मला माझ्या भरल्या गोकुळात सर्वांच्या उपस्थितीत प्रयाण करायचं आहे. असं एकाकी, ट्रॅजिक मरण नकोय मला. शिवाय रविन माझा केवळ पती नाहीये. माझा सुहृद, सखा, सहचर, मार्गदर्शक, गुरू सगळं काही तोच आहे. कुंडीतल्या गुलाबाला छानसं फूल आलं की पहिल्यांदा त्याला बोलवायचं, दोघांनी मिळून

त्याचं कौतुक करायचं. अंगणातल्या आंब्यावर हळद्या येऊन बसला की, एकमेकांना दाखवून आनंदी व्हायचं. मनीचं गूज, एखादं दु:ख त्याच्यापाशी बोलून हलकं करायचं. व्यवसायातल्या अडचणींची त्यांच्याजवळ चर्चा केली की, मार्ग निघतो; इतकी सायुज्यता आहे आमच्यात. रविनशिवाय मी म्हणजे प्राण नसलेला देह. मी काही सावित्रीसारखी तपस्विनी नाही, तरीपण मी त्याला माझ्या आधी नाही जाऊ देणार.

तसंही आता फारसं मिळवायचं नाही राहिलंय आयुष्यात. जय सहा महिने लंडनला होता, तेव्हा आपलीही युरोपवारी घडली. भारतदर्शन झालं. फॅमिली काउन्सिलिंगच्या माध्यमातून किती जणांची आयुष्यं सावरली. गुणी मुलगा, प्रेमळ पती, हे सारं वैभव... तृप्ती आहे. आणखीन काय हवं असतं माणसाला? हं, आता जयचा फुलता संसार पाहायची इच्छा आहे... पण, तशी ही विश लिस्ट एन्डलेस असते. नाही का?''

इथे डायरीतला पहिला अध्याय संपला होता आणि बहुधा अंतिम अध्याय सुरू झाला होता.

"माझ्या मनात मरणाचे विचार का सतत येत होते. स्वयंसूचनेची उदाहरणं का वाचनात आली आणि रविनची पत्रिका... या सगळ्याची संगती आत्ता लागलीये. कुठेतरी अंत:प्रेरणा झाली असणार.

ठरलं तर. आपण आपली आयुष्यरेषा आपल्या हाताने मिटून टाकायची. आईची फार आठवण येतीये या क्षणी. प्रायोपवेशन करून देह ठेवणाऱ्या तिच्या आजोबांची गोष्ट ती नेहमी सांगायची.

तेव्हा शुभस्य शीघ्रम!!

थरथरत्या हातांनी मी पान उलटलं.

"पण माझ्या मनाचा हा निर्धार असाच टिकून राहील का अंतापर्यंत? मृत्यूच्या दारात भलेभले गर्भगळीत होतात. मी तर एक सामान्य स्त्री. ऐनवेळी आयुष्याचा मोह नाही नं होणार मला? आपल्याच हातांनी मांडलेला हा डाव उधळायचाय... जयची माया, रविनची साथ सोडून जायचंय. सोपं नाहीये हे.

माझं दुसरं मन फटकारतंय. "आत्ताच भ्यायलीस.'' तूच म्हणतेस ना रविनविना आयुष्य म्हणजे मूर्तिविना मंदिर. त्या जगण्याला काय

अर्थ? मग हा शरीराचा मोह का?

पण रविन...? त्याचं काय? तुझ्या मागे तो किती एकटा होईल याची कल्पना आहे तुला? इतकी स्वार्थी कशी तू?

मनाच्या खंडित प्रतिमा माझ्यावर जणू चाल करून येतायत...

मला यातून बाहेर पडलंच पाहिजे. आहे मी स्वार्थी... रविनच्या पश्चात वृद्धाश्रमात लाचार, करुण आयुष्य कंठणं किंवा या बंगल्यात एकटीनं भुतासारखं राहणं... दोन्ही पर्याय मला मान्य नाहीत. मला जायलाच हवं.

आय मस्ट इक्विप मायसेल्फ फॉर द फायनल डिपार्चर.

पूर्वाची मोत्यासारखी अक्षरं डायरीत उमटत होती.

"मी अहेवपणी जाणार आहे. रविनला माझं उर्वरित आयुष्य मिळावं."

बस्स, त्यानंतर शेवटच्या दिवसापर्यंत एकच ध्यास... एकच आस.

मी डायरी खाली ठेवली. किती बेसावध असताना मृत्यूने गाठलं वगैरे आम्ही पामर बडबडत होतो. पूर्वाची मात्र सारी तयारी झाली होती. जयच्या आजी सांगू लागल्या, "नीरा, अगं मध्ये किती चांगल्या चांगल्या साड्या तिने आश्रमात वाटून टाकल्या. मी तिला विचारलंही तसं. मला काय ठाऊक, तिची ही निरवानिरव चालली होती म्हणून?" त्यांचे डोळे भरून आले. पूर्वा गेल्यानंतर, इतक्या उशिरा तिच्या मनाचा तळ दिसला होता; पण आता काय उपयोग होता?

मी रविनकडे पाहिलं. किती उद्‌ध्वस्त, तुटून गेला होता तो, यातून कधीतरी सावरेल का हा या विचाराने मी खंतावले. फोटोतली पूर्वाची देखणी प्रतिमा मात्र आमच्याकडे बघून हसत होती!

◆

माझ्या पुढ्यात पीएच.डी.चं सर्टिफिकेट आहे. त्यातली ती दिखामदार अक्षरं.

This university upon recommendation of the senate hereby confer the degree of doctor of philosophy on Mrs. Uma Desai....

शेजारीच राहुलने पाठविलेली तार.... I am in seventh heaven ....a proud mother who has just bagged doctorate. Congratulati - ons, dear mom!

स्मरतोय तो पदवी दानाचा दिमाखदार सोहळा. कुलगुरूंनी केलेलं कौतुक. त्यांच्या भाषणात ते म्हणाले होते, ''साठीनंतरचं आयुष्य हा ईश्वराने मानवाला दिलेला बोनस असतो असं म्हणतात. डायबिटीस, अनियमित रक्तदाब, सांधेदुखी अशासारख्या आधीव्याधी आयुष्याच्या या अंतिम चरणात सोबत करीत असतात. आणि माझं काय राहिलंय आता, अशी टिपिकल भाषा, विशेषत: भारतीय गृहिणीच्या तोंडी ऐकू येते; पण या कशाचाही बाऊ न करता जिद्द दाखवून डॉक्टरेट मिळवणं ही खचितच प्रशंसनीय गोष्ट आहे. असं वार्धक्य हा एक सृजनशील, समृद्ध करणारा अनुभव असतो. आणि योगायोग पाहा, आजच मिसेस देसाईंनी वयाची चौसष्टी पुरी केल्याचं मला, आत्ताच सेनेटच्या

पूर्तता

सन्माननीय सदस्यांकडून कळलं. वाढदिवसाची याहून सुंदर भेट दुसरी कोणती असेल. त्यांच्या या दुहेरी यशाबद्दल मी त्यांचं मन:पूर्वक अभिनंदन करतो.''

कुलगुरूंच्या या भाषणावर सारं सभागृह उत्स्फूर्तपणे उभं राहिलं होतं, मला Standig ovation द्यायला, अन् टाळ्यांचा एकच कडकडाट झाला होता.

याचसाठी केला होता अट्टहास.... व्यासपीठावरून खाली उतरले. डोळे कशाची पर्वा न करता पाझरत होते. अजित पुढे झाले... अत्युच्च आनंदाच्या या क्षणी तेच मला सावरू शकणार होते; कारण त्यांना ठाऊक होतं, हे अश्रू केवळ आनंदाश्रू नव्हते तर मुक्ताच्या स्मृतींची दुःखद छटा त्यात मिसळली होती!

किती आकर्षण होतं मला एके काळी या पदवीचं! माझ्या काकांनी आय.आय.टी.ची डॉक्टरेट मिळवली तेव्हा किती अप्रूप वाटलं होतं मला! मला मात्र माझ्या नावापुढे डॉ. ही जादुमयी अक्षरं लावण्यासाठी पावसाळे काढावे लागले होते.

अर्थात यशोमंदिराची ही वाटचाल पुरी करायला मुक्ताने मला उत्तेजन दिलं होतं, उद्युक्त केलं होतं. माझ्या अंतरीच्या इच्छेला तिने खतपाणी घातलं होतं. म्हणून तर माझ्या स्वप्नाला आकार आला होता. घरी आले, तिच्या फोटोसमोर ते सर्टिफिकेट ठेवलं तेव्हा प्राजक्तासारखं मंद हसू तिच्या ओठांतून सांडल्याचा भास झाला. किती देखणी होती माझी बाळी! आज ती या जगात नाही. तिला जाऊनही एक तप लोटलं; पण माझं हे स्वप्न सत्यात आलं ते तिला दिलेल्या वचनामुळे!

चाळीस-बेचाळीस वर्षांपूर्वी देसाईंच्या घरात नववधू म्हणून प्रवेश केला तोच मुळी काहीशा नाराजीने! मला इतक्यात लग्न करायचंच नव्हतं. नुकतीच बी.ए.ची परीक्षा दिली होती. मैत्रिणींसवे उंडारत होते. अर्थात ५० वर्षांपूर्वीचं उंडारणं म्हणजे आजकाल पाहतो तसं सिनेमे, पार्ट्या, पिकनिक्स असं नव्हे. तर एकमेकींच्या घरी जाणे, गावातल्या तळ्याकाठी फिरायला जाणे. इ.इ. तारा माझी जिवलग मैत्रीण. पहिलीपासून बी.ए.पर्यंत आमची मैत्री अभंग राहिलेली. सखी-पार्वती अशाच नावांनी संबोधत शाळेत आम्हाला! तर सांगत काय होते, या ताराचं आजोळ होतं कोल्हापूर. दर सुट्टीत ती तिकडे पळायची. दरवेळेला मला यायचा

आग्रह करायची; पण इतकी वर्षं काही जाण्याचा योग आला नव्हता तो या वर्षी जुळून आला. ताराने येऊन माझ्या आईच्या मिनतवाऱ्या केल्या तेव्हा कुठे आईने परवानगी दिली चार दिवस जायची! शनिवारी रात्री आम्ही कोल्हापूरला पोहोचलोसुद्धा!

स्टेशनवर उतरवून घ्यायला ताराचा मामा आला होता. घरी जाईपर्यंत ओळख, जुजबी विचारपूस झाली. सगळे वाटच पाहत होते. गेल्या गेल्या तिच्या आजीने आमचा कबजा घेतला. म्हणाली, "बरं झालं तूही आलीस...खूप सांगत असते तारा तुझ्याविषयी. असाच लोभ ठेवा एकमेकींवर. अंगणात दाणे टिपायला येणाऱ्या चिमण्या तुम्ही. स्वतःच्या घरट्यात कधी उडून जाल ते कळायचंही नाही. आणि हो, अगं उद्या अजितदादा येतोय. दोन दिवसांची सुट्टी मिळालीए त्याला कसलीशी." "अय्या खरंच?" तारा आनंदाने चित्कारली. "वा! मग तर खूप मजा येणार. उमे, इतका ग्रेट आहे नं हा माझा अजितदादा. आय.ए.एस.ला उभ्या महाराष्ट्रातून पहिला आलाय. सध्या प्रोबेशनवर आहे. उद्या भेटशीलच. माझ्यावर फार जीव आहे त्याचा." भरभरून आपल्या मामेभावाचं गुणगान चाललं होतं. साहजिकच होतं म्हणा. ताराला सख्खा भाऊ नव्हता. आणि मामांना दोन्ही मुलगेच...मामींची हाक ऐकताच आम्ही पटकन उठलो आणि स्वैपाकघराकडे मोहरा वळवला.

त्या घरात अल्पावधीतच मी रुळून गेले. खरं तर चार दिवसांसाठी गेलेली मी...त्या लोकांच्या प्रेमळ आग्रहास्तव चांगली आठ दिवस राहिले.

घरी आले आणि पाठोपाठ ताराच्या अनंतमामांचा फोन! "उमा पोहोचली का सुखरूप?" वगैरे बोलणं झालं आणि त्यांनी फोनवरून चक्क मागणी घातली मला अजितसाठी. अर्थात मला हे अनपेक्षित नव्हतं फारसं. स्वारी माझ्या प्रेमात पडल्याचं एक-दोन प्रसंगांवरून सूचित झालंच होतं. मलाही अजित आवडले होते. नाकारण्यासारखं काहीच नव्हतं. उंचापुरा, देखणा, आय.ए.एस. ऑफिसर असा जावई बाबांच्या दृष्टीनं शोधून सापडला नसता; पण मला अजून शिकायचं होतं. इतक्यातच लग्नाच्या बेडीत अडकून घ्यायचं नव्हतं. त्या लोकांना मात्र घाई असावी. मोठ्या आज्जींना (ताराच्या पणजीला) पणतवाचं शुभमंगल पाहायची घाई झाली होती. वय ९०च्या पुढे.

माझे बाबा पोलीस कमिशनर. स्वभाव रागीट. मी म्हणेन ती पूर्व असा त्यांचा खाक्या. त्यांच्या निर्णयाविरुद्ध अपील कुठं करणार? विरोधाचे सूर सनई-चौघड्याच्या सुरात दबून गेले आणि मी सौ. उमा देसाई झाले.

ताराच्या लाडक्या दादांची वधू म्हणून मी माप ओलांडलं. तिला तर मैत्रिणीचं हे नवीन नातं खूप आवडलं होतं. मी मात्र किंचित नाराजच होते. त्या रात्री अजितनी मला जवळ घेतलं आणि सांगितलं, "पुढच्या वर्षी माझी बदली होईल. नाहीतरी हे वर्ष सण-समारंभात जाईल. तेवढं सांभाळ. आपला राजा-राणीचा संसार सुरू झाला की तुला हवी तितकी शिक." त्यांच्या आश्वासक मिठीत माझी नाराजी विरघळून गेली.

पण तसं व्हायचं नव्हतं. दिवस वाऱ्याच्या गतीने पळत होते. नव्याची नवलाई सरली. मोठ्या आजींना अर्धांगवायूचा झटका आला. पैसे मोजून सेवा घेता येते, प्रेम नाही, हे मला माहीत होतं. त्यामुळे त्यांचं स्पंजिंग, जेवण, औषधं, मसाज करणं इ. कामं मी स्वतः करू लागले. स्वैपाकघरात मामींना थोडीफार मदत करणे, आला-गेला, पै-पाहुणा, एकत्र कुटुंब असल्यानं पाहुण्यांचा राबता खूप असे.

कालचक्र त्याच्या गतीने फिरत होते. आमच्या लग्नाला चार वर्षं झाली. यांचा प्रोबेशन पिरिअड संपवून हे अधिकारी म्हणून सरकारी सेवेत रुजू झाले होते. पुढचं शिक्षण घ्यायला जीव आसुसला होता. कधी संधी मिळेल याची चातकासारखी वाटत पाहत होते.

पण ईश्वरेच्छा बलीयसी, असं म्हणतात ते खोटं नाही. हे दौऱ्यावर असताना मामींना massive हार्ट ॲटॅक आला आणि त्या कोसळल्या. आम्ही सारेच चहा घेत होतो दुपारचा. मामा त्यांना सावरायला धावले तर मी फोनकडे; पण डॉक्टर येण्यापूर्वीच सारं संपलं होतं.

अजित आले. दिवस झाले. आता मोठाचं प्रश्न...त्यांची बदली औरंगाबादला झालेली. घरात मोठ्या आजी, मामा आणि धाकटा दीर समीर. आजींनाही वयपरत्वे कमी दिसू लागलेलं. बिऱ्हाड दर तीन वर्षांनी हलवायचं आणि तेही इतक्या सगळ्यांना घेऊन? समीरचं शिक्षण अजून संपलं नव्हतं. शेवटी मीच यातून तोडगा काढला. अजितना म्हटलं, "तुम्ही काळजी करू नका. मी इथेच राहीन. सर्वांची काळजी घेईन. इतके दिवस मामींनी हे घर सांभाळलं. आता या घरात

ज्येष्ठ सून म्हणून माझं ते कर्तव्यच आहे.'' त्यांनाही ते मान्य करण्यावाचून गत्यंतर नव्हतं.

नंतर सलग दोन-तीन दिवसांची सुटी मिळाली की हे घरी यायचे. मामासुद्धा हळूहळू थकत चालले होते. मामींचं अकाली जाणं त्यांनी मनाला फार लावून घेतलं होतं. राहुल...आमच्या संसारवेलीवरलं पहिलं फूल...दुडूदुडू धावत त्यांच्याकडे जायचा. 'आबा आबा' करत त्यांना बोलतं करायचा. ते त्याच्याशी गप्पा मारायचे. खेळायचे; पण ते सार तेवढ्यापुरतंच असे. जगण्यातील ओढ मावळली होती. दोन घास खात बसून राहत. येणं-जाणं नाही. बोलणं नाही. मामींपाठोपाठ सहा महिन्यांत त्यांनी देह ठेवला.

आजींचा आकांत ऐकवेना. मुलगा-सून त्यांच्याआधी अनंताच्या प्रवासाला निघून गेले होते. हा धक्का जबरदस्त होता. अखेर डॉक्टरांनी त्यांना सेडेटिव्ह देऊन शांत केलं.

घरात आता आम्ही चौघंच उरलो. समीर बी.टेक. करण्यासाठी हॉस्टेलवर राहिला होता. मोठ्या आजींचा आजार बळावत चालला होता. पलंगावरून उतरून एक पाऊल टाकणं त्यांना जड जात होतं. जवळजवळ अंथरुणालाच खिळून होत्या. अगदी उबगल्या की वॉकरच्या साहाय्याने आणि मला धरून खोलीतल्या खोलीत चार पावलं टाकत. फार कंटाळल्या होत्या.

रामनवमीच्या दुपारी ४ वाजता करुणामय मृत्यूने त्यांची सुटका केली. श्रीरामाची भक्ती होती अतीव. मगं मात्र घराला कुलूप लावून अजित, राहुल, मुक्ता व मी नाशिकला गेलो. सध्या हे नाशिकला कलेक्टरपदी रुजू झाले होते. प्रशस्त बंगला, नोकरांचा ताफा असं सारं वैभव हात जोडून उभं होतं.

मुक्ता आमचं शेंडेफळ. तिच्या वेळचं बाळंतपण मला फार कठीण गेलं होतं. खूप रक्तस्राव झाला होता. जगते की मरते अशी वेळ आली होती. आणि एवढं करून मुक्ता जन्माला आली ती पॅराप्लेजिक-अपंग म्हणून. कमरेखालील तिचं शरीर दुबळं असल्याने पायांत जोर नव्हता. राहुलदादासारखी ना ती कधी वेगाने पळू शकणार होती ना माझ्यामागे आई आई म्हणून रांगत येणार होती.

पाठोपाठ घडलेले मृत्यू आणि मुक्ताचं व्यंग यामुळे बारसं थाटात

करण्याची इच्छा नव्हती. घरच्या घरी पाळण्यात घालून नाव ठेवलं गेलं. रूपाने मात्र देखणी. शंभरात उठून दिसेल अशी.

मुक्ताचं सगळंच मला बघावं लागे. शी-शू, अंघोळ घालायची म्हणजे कडेवर उचलून न्यावं लागे. लहान होती तोपर्यंत विशेष वाटलं नाही. पाच-सहा वर्षांची झाल्यावर मात्र व्यायामाअभावी तिचं वजन वाढू लागलं. मग मात्र मला एकटीला झेपेनासं झालं. नथूच्या मदतीने मी तिला शाळेत घेऊन जात असे. दोघांनी मिळून तिला रिक्षात बसवायचं. मग मी तिला रिक्षाने शाळेत घेऊन जायची. शाळेत गेल्यावर प्यूनच्या मदतीने शाळेच्या वर्गात बसवायचे. घरी येताना त्याच कसरती विरुद्ध क्रमाने!

मुक्ताने तारुण्याच्या उंबरठ्यावर पाऊल ठेवलं. उफाड्याची दिसू लागली. मग मात्र गड्याच्या हाती तिला देणं जोखमीचं वाटू लागलं. कुणीतरी बाईमाणूस प्रकर्षाने हाताखाली हवंसं वाटू लागलं, आणि माझी नड ओळखूनच जशी रखमा अवतरली. आईने पाठवून दिली तिला. मूल होत नाही म्हणून नवऱ्याने टाकून दिलेली, माहेरी अठरा विश्व दारिद्र्य! तिची वहिनी आईकडे काम करायची. तिनंच हिला कुठेतरी कामाला लावा म्हणून गळ घातली. नेमका त्याच सुमारास माझा आईला फोन गेलेला. तत्काळ रखमाची उचलबांगडी झाली.

ती आली आणि मला हायसे झाले. मुक्ताचं सगळं ती प्रेमाने करीत असे. त्यामुळे मुक्ताही खूश!

राहुल यंदा दहावीला. मुक्ता पाचवीत. दोघंही अभ्यासात हुशार. विशेषतः मुक्ताला चित्रकलेत विशेष गती. विविध स्पर्धांमध्ये खूप बक्षिसं पटकावली तिने. एकीकडे फिजिओथेरपीचे उपचार, औषध चालूच होतं; पण म्हणावा तसा गुण येत नव्हता. अर्थात डॉक्टरांनी याची पूर्वकल्पना दिली होती. त्यामुळे मुक्ता कधीच स्वतंत्रपणे चालू शकणार नाही, हा कटू घोट मूकपणे गिळण्याखेरीज हातात दुसरं काहीच नव्हतं.

रात्री थकून अंथरुणावर पडल्यावर निद्रादेवीसुद्धा रुष्ट व्हायची. मुक्ताची काळजी होतीच; पण नवलाईची गोष्ट म्हणजे त्रिविध तापात देखील ज्ञानलालसेचा कोंब जळाला नव्हता. अद्याप जीव धरून होता. शेले, किट्स, बायरन, वर्डस्वर्थ सगळे खुणवायचे. सांदी-कोपऱ्यात

पडलेली बक्षिसं, मेडल्स फेर धरायचे. मग रात्ररात्र मी तळमळत राहायची. माझंच मला आश्चर्य वाटत राहायचं. आशेचा तंतू इतका चिवट असतो?

राहुल बारावीला मेरिटलिस्टमध्ये नववा आला. त्याची आलोचन जागरणं, घेतलेली मेहनत.... साऱ्यांचं चीज झालं. तो मेडिकलला गेला. आपल्या बहिणीला स्वतःच्या पायावर उभं करून दाखवायचा होतं त्याला उत्तम डॉक्टर बनून.

ऋतूंचं रहाटगाडगं फिरत होतं. मुक्तानं बी.ए.ची परीक्षा दिली. पेपर्स चांगले गेले. स्पेशलायझेशनला जर्मन भाषा घेतली होती तिने. एखादी विदेशी भाषा आत्मसात करायचं तिचं स्वप्नं होतं.

दर सुटीत तिला वाचण्यासाठी भरपूर पुस्तके खरेदी करायची मी. नेमच होता तो. त्या दिवशीपण अशीच खरेदी झाली. खूप आनंदात होती बयो. रात्री बराच वेळ वाचत बसली असावी. मी उठले तेव्हा दिवा चालूच होता.

रखमाला विचारण्याआधी आपणच तिला उठवावं म्हणून जागी करायला गेले, तर शरीर थंड पडलेलं. ७च्या नंतर झोपून राहिलेलं तिला कधीच आवडत नसे. रात्री कितीही उशीर होवो... मला अभद्र शंका आली. अजितना हाक मारली; पण माझी शंका खरी ठरली. त्या काळरात्रीत कधीतरी दैवानं दावा साधला होता. माझी मुक्ता देहाच्या पिंजऱ्यातून मुक्त झाली होती. अगदी रिझल्टचीसुद्धा वाट न पाहता! पोरगी हायर सेकंड क्लासमध्ये उत्तीर्ण झाली होती आणि ते यश बघायला थांबलीसुद्धा नव्हती. अर्थातच तिच्या अल्पायुष्याची पूर्वकल्पनाही आम्हाला डॉक्टरांनी दिली होती; पण आईच्या मनाची अशी तयारी होते का कुठे? अवघ्या विसाव्या वर्षी आमची सोनुली आम्हाला दुःखात लोटून गेली होती. तेरावा झाला. तिच्याशी असलेलं व्यावहारिक नातं संपलं; पण तिच्या स्मृती घरभर विखुरलेल्या होत्या. तिचे कपडे, तिची बक्षिसं, पुस्तकं, रंग, ब्रश, कॅनव्हास, विविध रूपांत जणू तिचं अस्तित्व जाणवत होतं. मन सैरभैर झालं होतं. रितेपण अंगावर कोसळलं होतं. रिकामं घर खायला उठायचं; पण काळासारखं दुसरं औषध नाही. मन हळूहळू सावरत होतं; पण आता कंटाळल्यासारखं झालं होतं. मुक्ता

गेलेली. राहुल हॉस्टेलवर. दोघांचा स्वैपाक... हाताशी नोकरचाकर... यांच्या अनुषंगाने मलाही मिळणारा मोठेपणा, कलेक्टरची बायको म्हणून वाट्याला येणारे मानसन्मान, सामाजिक कार्ये, एखाद्या समारंभास प्रमुख पाहुण्या म्हणून हजेरी लावणं... अजूनही याच परिघात फिरत होते मी. ते टाळता येण्यासारखं नव्हतंच. मुक्ता गेल्यावर तर या रिंगणात फिरायला अधिक वेळ मिळत होता. तरीदेखील मन अशांत होतं. काहीतरी उसळून वर येत होतं. अंतर्यामी प्रचंड खळबळ माजली होती. नवऱ्याच्या जिवावर लाभणारा मोठेपणा नकोसा झाला होता. काहीतरी क्रिएटिव्ह करावंसं, स्वत:ला घडवावंसं वाटत होतं. ही स्पंदनं मी साक्षित्वाने अनुभवत असतानाच एक दिवस तारा आली. माझी एकेकाळची प्रिय सखी आणि आताची लाडकी वन्स. अधिक पाल्हाळ न लावता तिने माझ्या हाती एक लिफाफा दिला. कुणी दिला गं, विचारलं तर काही बोलेना. माझ्या मनात उत्कंठा दाटून आली. उघडून बघते तर पत्र, तेही मुक्ताचं.

'प्रिय आईस, हे पत्र पाहून रागावू नकोस. आपल्या माय-लेकींच्या नात्यात इतकी जवळीक असताना हा खटाटोप कशाला असं तुला वाटेल कदाचित. आत्याला मध्यस्थी घालून दुरावा प्रदर्शित केल्याचा रागही येईल; पण मी जे काही लिहिणार आहे ते प्रत्यक्ष सांगू शकले नसते तर... anyway, प्रस्तावना पुरे. सरळ मुद्द्याचं बोलते. एकत्र कुटुंबात राहिल्याने सुरुवातीची काही वर्षं वृद्धांची सेवा, शुश्रूषा, प्रापंचिक कर्तव्यं यातून तुला वेळ काढता आला नसेल. नंतर बाबांच्या बदल्या आणि मुख्य म्हणजे माझं असं व्यंग....भुईला भार...'

नाही गं मुक्ते.... आम्हाला तर सदैव तुझा अभिमानच वाटत आला आहे. वाचता वाचता जणू ती समोर बसली आहे अशा वेदनेने मी कळवळले. ताराने हळूच मला हातावर थोपटलं. मी पुढे वाचू लागले. 'मी गेल्यावर खऱ्या अर्थाने फुरसत मिळेल. तेव्हा आलेल्या संधीला अव्हेरू नकोस. मला वचन दे. तू खूप शिकशील. मी जाणते, तुला पुढे खूप शिकायचं होतं. इतके दिवस हुलकावणी देणारं स्वप्न आता उंबरठ्याशी येऊन ठेपलं आहे. त्याचं स्वागत कर. मलाही खूप शिकायचं होतं; पण दुर्दैवाने, माझी जीवनरेखा स्वल्प आहे हे मला ठाऊक आहे. तेव्हा तुझं आणि माझं स्वप्न पूर्ण कर. एक लक्षात ठेव, तू शिकलीस

तर माझ्या आत्म्याला सद्गती मिळेल...' पुढची सारी वाक्यं धूसर होत गेली. डोळ्यांतले अश्रू बांध फोडून वाहत होते. तारा आणि मी किती वेळ रडत होतो कुणास ठाऊक.

मुक्ताला स्वत:चा मृत्यू कसा कळला होता हे एक गूढच होतं. मी मात्र तिला दिलेला शब्द पाळण्यास आतुर झाले. दुसऱ्या दिवशी मी अन् अजित यूनिव्हर्सिटीत गेलो. वाफ्यांत लावलेली, रंग उधळणारी फुलं आणि सळसळत्या उत्साहाचं, चैतन्याचं प्रतीक असलेले ते विद्यार्थी. कॅम्पस म्हणजे यौवनाचं अक्षय उसळणारं कारंजं! क्षणभर वाटून देखील गेलं, शिंग मोडून गायीने वासरात शिरावं तसाच हा प्रकार आहे आपला. जरा नर्व्हसच झाले. याच पावली परत फिरावं, नको ते शिक्षण, असंही वाटून गेलं. अजित माझी नस न् नस ओळखत होते. त्यांनी धीर दिला अन् अस्मादिकांनी एम.ए.च्या टर्म्स भरल्या. पहिल्या दिवशी गंमतच झाली. माझं वय बघून असेल कदाचित, मॅडम आल्या असं वाटून 'गुड मॉर्निंग, मॅडम' म्हणत सगळी मुलं उभी! मला हसूच आलं. मी तुम्हाला शिकवायला नाही, तुमच्याबरोबरच शिकायला आले आहे. सहाध्यायी म्हणून. सगळे अवाक. क्षणभर शांतता... नंतर बाकांवर जोरदार स्टॅम्पिंग....मुलं कशी काय सामावून घेतील क्लासमेट म्हणून याची जरा धाकधूकच होती. सुदैवाने सारे उदारमतवादी निघाले. टिंगलटवाळी असं काही आपल्याला ऐकायला मिळणार असं गृहीत धरून चालले असता प्रेमळ स्वागत झालं. मी भारावून गेले.

नियमित तासाला जाणं, लायब्ररीत जाऊन नोट्स काढणं सुरू झालं. ज्ञानाच्या नवनवीन दालनांत शिरताना मन अधीर होत असे.

त्या मुलांनी किती सहज सामावून घेतलं आपल्याला! त्यांच्याबरोबर कॅन्टीनमध्ये बसून चहा पिता पिता मारलेल्या गप्पा, डिबेट सोसायटीमध्ये तावातावाने केलेली आर्ग्युमेंट्स, अभ्यासाच्या नोट्सची अदलाबदली, चर्चा, लेक्चर बंक करून त्यांच्याबरोबर त्यांच्या हट्टाखातर पाहिलेला 'अमर प्रेम' आणि वाङ्मय मंडळातल्या 'संगीत शाकुंतल'मधली गौतमीची आपली भूमिका.

किती भरभरून जगलो तो काळ आपण! अजूनही त्या स्मृती आपल्या मनावरून मोरपीस फिरवतात! मुक्ते गं ऽऽऽ...

एम.ए.ची परीक्षा दिली. अभ्यास सोडून जवळजवळ तीन तपं

उलटली होती. फारसा चांगला निकाल अपेक्षित नव्हताच; पण अहो आश्चर्यम्! चक्क ६९ टक्के गुण मिळाले. या यशाचा आनंद होताच, त्यातून विशेष आनंद माझ्या विद्यार्थी मित्रांनी उत्स्फूर्तपणे केलेल्या सत्कारात मिळाला. रिझल्ट कळल्यावर जमलेल्या सर्वांनी वर्गणी काढून मिठाई आणली. गुलाबाचा गुच्छ मागवला. तो सत्कार स्वीकारताना मन भरून आलं होतं. किती निर्भेळ मैत्री होती या मुलांची. वयाच्या ५६व्या वर्षी मी एम.ए. झाले होते. माझा आत्मविश्वास शतगुणित झाला होता. मला पीएच.डी. करावीशी वाटू लागली. अजितनी प्रोत्साहन दिलं. ''इतकी वर्षं हसतमुखाने प्रपंच साधलास काही कुरकुर न करता. गगनाला गवसणी घालण्याचं बळ नाही उरलंय आता आपल्या पंखांत. तरी पण तुला थांबावंसं वाटेल तोपर्यंत तू शिकत राहा. कुणीही तुला अडवणार नाही.'' नव्या जोमाने मी डॉक्टरेटचं स्वप्न साकार करायच्या तयारीला लागले.

इथवर सारं सुरळीत घडलं होतं. तसंच ते पुढेही निर्विघ्नपणे पार पडेल असा अंदाज होता; पण तसं घडायचं नव्हतं. राहुलचा तो अपघात. लंडनला राहून मेडिकल कॉन्फरन्सला तो पेपर वाचायला जात असताना टॅक्सीचे ब्रेक्स फेल झाले आणि गाडी भरकटत जाऊन झाडावर आदळली. ड्रायव्हर जागीच गेला. राहुलही गंभीररीत्या जखमी झालेला. ७२ तास क्रिटिकल होते डॉक्टरांच्या दृष्टीने... जातो की राहतो असं वाटत होतं. मुक्ता गेलीच. हाही गेला तर...? भयाच्या काजळीने मन ग्रासलं होतं.

पण ईशकृपेने माझा राहुल मरणाच्या दारातून परत आला. काळ आला होता; पण वेळ नव्हती आली. या साऱ्या धावपळीत माझं ब्लडप्रेशर धोक्याची सीमा ओलांडून पुढे गेलं. मधल्या मध्ये अजितच्या दगदगीला अंत नव्हता.

तेही दिवस गेले... पूर्ण बरं व्हायला, राहुलला तीन वर्षं लागली. तीन मेजर ऑपरेशन्स झाली. किती कसोट्या. किती निर्णायक क्षण! या सर्व दिव्यातून तावून सुलाखून बाहेर पडले. पीएच.डी.चं नव्याने रजिस्ट्रेशन केलं. नंतर मात्र काही एक विघ्न न येता प्रबंध पुरा झाला. 'वर्डस्वर्थच्या कविता : एक पारलौकिक दृष्टिकोन' असा विषय होता प्रबंधाचा. वयपरत्वे आणि प्रकृतीच्या मर्यादांमुळे तीनाची पाच वर्षं

झाली; पण अखेर गंगेत घोडं न्हालं. मुक्ताला दिलेल्या वचनांची पूर्तता झाली होती. मी कृतार्थ होते! माझ्या या यशाची कहाणी मुक्ताशिवाय सुफळ संपूर्ण होऊच शकली नसती म्हणून कृतज्ञही.

◆

पैठणी

"**सु**चेता, आपली विजूमावशी गेली," पलीकडून आई– स्वर दाटलेला. "काय, कधी, कशी?" सुचेता स्तंभित. "काही दुखणं नाही, रोग नाही, अशी अचानक?" "हो ना गं, आठ दिवसांपूर्वीच आपण सगळे एकत्र जमलो होतो तेव्हा ध्यानीमनी देखील नव्हतं, ही तिची-आपली शेवटची भेट असेल असं." आई फोनवरच रडू लागली. तिचं कसंबसं सांत्वन करून सुचेताने फोन ठेवून दिला; मात्र मनोमन तीही अस्वस्थ झालेली. जीवन इतकं क्षणभंगुर असतं? आयुष्यात इतकी अनिश्चितता असते? संत बहिणाबाई अगदी अचूक सांगून गेल्यात, मनुष्याचं जगणं आणि मरणं यात अंतर असतं फक्त एका श्वासाचं. या क्षणी समोर दिसतीये, पुढच्या क्षणी...? आठ दिवसांपूर्वीच तिची पंचाहत्तरी केवढी थाटात साजरी केली होती तिच्या मुलांनी. विजूमावशीही किती छान सजली होती! इतकी आरोग्यसंपन्न, ज्या काळी फिटनेस फ्रीक हा शब्दही अस्तित्वात नव्हता, तेव्हापासून अतिशय पर्टिक्युलर, आनंदी, हसरी. वेदवती मावशी या सगळ्याचं श्रेय माधवरावांना देऊन मोकळी व्हायची. "काट्याविना का गुलाब फुलतो?" या शब्दांत! अशी सर्वांची लाडकी विजूमावशी एकाएकी उठून जावी आपल्यातून?... तिच्या वाढदिवसा

निमित्त तिची लाडकी लेक चित्रांगदा कॅनडाहून आलेली, धाकटा अपूर्व बंगलोरहून आलेला खास. दोघांनी मिळून किती सुरेख आयोजन केलं होतं सोहळ्याचं. आणि नंतर आठच दिवसांनी तो प्रसंग घडला. दुपारची जेवणं हसतखेळत झाली. चित्रांगदा, मंजिरी मागची झाकपाक करून, ओटा आवरून बाहेर आल्या. हॉलमध्ये पुन्हा एकदा गप्पांची मैफिल जमली. विजूमावशीने बाजूला पडलेला पेपर चाळायला घेतला आणि ती बातम्यांवरून नजर फिरवू लागली. आणि अचानक छातीत कळ येऊन तिथल्या तिथे कोसळली. डॉक्टर कन्या, डॉक्टर पती, सगळे समोर होते; पण कोणीच काही करू शकलं नाही. डॉ. साने आले, पुढचे उपचार पार पडले. सर्टिफिकेटवर 'कॉज ऑफ डेथ' मॅसिव्ह हार्ट अॅटॅक! क्षणापूर्वी हसतंखेळतं असलेलं ते घर शोकसागरात बुडून गेलं. कुणाचाच विश्वास बसत नव्हता; पण सत्य समोर होतं. सुन्न झालेल्या माधवरावांना स्मरत होते विजूचे शेवटचे शब्द. आदल्या रात्रीच झोपायला जाताना ती म्हणाली होती त्यांच्याजवळ, "खरंच. मी किती भाग्यवती आहे! आता त्या दयाघनाकडे एकच मागणं आहे. त्याने मला या भरल्या घरातनं, या गोकुळातनं असंच उचलून न्यावं हसता हसता! कुणाची सेवा नको, कुणाला त्रास नको." भकास मुद्रेने माधवराव आपल्या पत्नीच्या पार्थिवाकडे बघत होते. नाही म्हटलं तरी ४५ वर्षांचं सहजीवन दोघांनी व्यतीत केलं होतं. अजून पाच वर्षांनी 'गोल्डन ज्युबिली' साजरी झाली असती. या अनपेक्षित धक्क्यातून बाहेर यायला साऱ्यांनाच वेळ लागला. मग अपूर्व भानावर आला आणि त्याने एकेकाला कळवायला सुरुवात केली.

विजूमावशी आणि सुचेताची आई सख्ख्या मावसबहिणी... गमतीचा योगायोग असा की विजूमावशीचा जन्म विजयादशमीला तर सुचेताची आई कोजागिरी पौर्णिमेची. एकाच वेळी पहिलटकरीण म्हणून माहेरी आलेल्या. आजीची नुसती धांदल उडालेली. इतक्या बरोबरीच्या असल्याने दोघींना एकमेकींचा खूप लळा. ते प्रेम, तो जिव्हाळा अगदी लग्नानंतरही टिकून राहिलेला. मुलंबाळं झाल्यावर तर त्या 'Extended Family'चा गोडवा अजूनच वाढलेला. त्यामुळे सुचेताच्या आईसाठी हा धक्का फारच मोठा होता.

जसजशी बातमी पसरत गेली तसतसे नातेवाईक येऊ लागले.

बरेचसे नातेवाईक इथे मुंबईतच होते. सांगलीची नंदाकाकू पुण्याला तिच्या आईकडे आलेली चार दिवस. फोन गेल्यावर ती लगेच एशियाडमध्ये बसली. अंधेरीहून प्रभामामा निघालाच होता.

प्रभामामा आला. तासा-दोन तासांनी नंदाकाकू आली. मुलुंडचा तो दोन बेडरूमचा फ्लॅटही छोटा वाटू लागला. शेजारीपाजारी गोळा होत होते. माधवरावांची मित्रमंडळी, विजयामावशीच्या मैत्रिणी... फ्लॅट अगदी भरून गेला. मग कुणी बाहेरच पॅसेजमध्ये थांबलं. कुणी बाल्कनीत जाऊन खालच्या मैदानात रंगात आलेली क्रिकेटची मॅच पाहू लागले. सुचेता आईला घेऊन आली. समोर शांत झालेली विजया पाहिली अन् त्यांना जोरदार हुंदका फुटला. तिची बालसखी आज तिला न सांगताच, कुणाचा निरोपही न घेता निघून गेली होती अनंताच्या प्रवासाला. वातावरण गंभीर, शोकाकुल. माणसं खालच्या स्वरात कुजबुजत होती. विजूमावशी अहेवपणी गेली म्हणून तिला सर्व सौभाग्यलंकार चढवले जात होते. स्त्रियांची लगबग चालू होती. कोणत्याही क्षणी शववाहिका येईल. आणि...

खरंतर इथे विजूमावशीची कहाणी संपायला हवी. नाही का? कुणाच्याही मृत्यूनंतर संपते तशी; पण आयुष्याची हीच तर खरी गंमत आहे. गोष्टी इतक्या साध्या, सरळ, सुरक्षितपणे थोड्याच पार पडतात? कहाणीत ट्विस्ट येतात. टर्न्स येतात आणि ती कहाणी 'नाट्यमय' बनते. मागे राहिलेल्या सग्यासोयऱ्यांचे मानापमानाचे प्रवेश रंगतात, तर कधी त्यांचे काम, क्रोध, लोभ, मोह, मद अधिकच अणकुचीदार होतात. या नाटकातला हा प्रवेश अद्याप बाकी होता... जणू क्लायमॅक्स सीनच.

सगळे जण शववाहिकेच्या प्रतीक्षेत असतानाच 'ती' आली. दारात तिला पाहून सारेच चमकले. नात्यानं सख्खी, धाकटी बहीण होती खरं तर ती... तिचं येणं स्वाभाविकच असायला हवं; पण वेदवतीच्या आगमनाने क्षण दोन क्षण खळबळ उडाली आणि नंतर अस्वस्थ शांतता. तिचं न येणंच साऱ्यांनी गृहीत धरलेलं. गेल्या काही वर्षांत या दोघी बहिणींचे संबंध फारच बिघडलेले आणि अर्थात त्याला कारण होता माधवरावांचा विक्षिप्त, अहंकारी स्वभाव (इति वेदवती). त्यामुळे कधी तरी वर्षातून एखादा फोन ताईची चौकशी करायला केलेला किंवा

इतक्यातच संपन्न झालेली ताईची पंचाहत्तरी. विजूमावशीने खूपच मनधरणी केली म्हणून वेदवतीने लावलेली उपस्थिती... इतकंच मर्यादित राहिलं होतं येणं-जाणं. फोन केले की, बरेचदा माधवरावच उचलायचे, मग गतकाळातल्या चुका, कटू प्रसंग पुन:पुन्हा उगाळले जायचे. ताज्या दमानं भांडणं रंगायची आणि गरीब, बिचाऱ्या विजयाताईला चार शब्दांपलीकडे अधिक बोलताच यायचं नाही. दोन वर्षांपूर्वी शार्दूलची, ताईच्या नातवाची मुंज झाली तेव्हा तर खूप विकोपाला गेली होती भांडणं. मग वेदवतीने बटूला नुसता अहेरच पाठवून दिला होता कुणाकरवी. 'तसेही टाळ्या वाजवायला खूप जण आहेतच. आणि माझ्या उपस्थितीपेक्षा हेच जास्त महत्त्वाचं, नाही का?' वेदवतीने दिलेला हा निरोपही मध्यस्थाने व्यवस्थित पोहोचवला होता माधवरावांपर्यंत अगदी तिखटमीठ लावून!

कुणाशी काही न बोलता वेदवतीने ताईचं अंत्यदर्शन घेतलं आणि ती तिथेच बसून राहिली. डोळ्यांतून अश्रूधारा. ताईचा या जन्मीचा सहवास संपला. प्रेमळ, उदार, हौशी, रसिक ताई... माधवरावांच्या विचित्र वागण्याचा खूप त्रास झाला होता तिला; पण चेहऱ्यावरलं हसू कधी मावळलं नव्हतं!

शववाहिका यायला उशीर होऊ लागला तसतशी उपस्थितांची चुळबुळ सुरू झाली. कंटाळलेली, ताटकळलेली माणसं उठून उभी राहू लागली. आत-बाहेर करू लागली. असा अर्धा-पाऊण तास गेला अन् बाहेरून आलेलं कुणीतरी दबल्या आवाजात म्हणालं, 'शववाहिका आली, शववाहिका आली.' पुरुषमंडळी सज्ज झाली. स्त्रियांमध्ये पुन्हा एकदा शोकाची लाट पसरली. हे शेवटचं दर्शन, पुन्हा येणे नाही. विजूमावशीला उचलायला अपूर्व, प्रभामामा सगळे पुढे झाले, इतक्यात वेदवतीचा करारी आवाज "अपूर्व, मी नुपूरच्या लग्नात दिलेली पैठणी कुठाय?" अपूर्व विस्मित. त्याने मंजिरीकडे नुसतंच पाहिलं. त्याचा इशारा समजून ती आत गेली. कपाटात सांभाळून ठेवलेली ती पैठणी काढून आणली आणि तशीच मूकपणे वेदवतीच्या हातात ठेवली. पुढे-मागे चरिताला, तिच्या लेकीला त्यातून छानसं परकर-पोलकं शिवायचा बेत होता तिचा! उपस्थित सगळे प्रेक्षक उत्सुकतेने आता पुढे काय घडतंय ते पाहू लागले.

"वैकुंठामध्ये गेल्यावर ही पैठणी अपूर्व, तू स्वत: ताईच्या पार्थिवावर पांघरायचीस. परत आणायची नाहीस." वेदवतीच्या आवाजात जरब. अपूर्वने नुसतीच मान डोलावली. तसंही बोलण्यासारखं होतंच काय?

केवढं सुंदर महावस्त्र होतं ते. तेजस्वी, झळाळता पितांबरी वर्ण, तलम रेशमी स्पर्श, पदरावर बुट्टीदार जांभळे, नाचरे मोर... बघणाऱ्यांची नजर ठरत नव्हती. चार-पाच वर्षांपूर्वी वेदवतीच्या कन्येचे... नुपूरचे शुभमंगल झाले, तेव्हा कन्यादान विजूताई-माधवरावांनी केलेले. त्याप्रित्यर्थ वेदवतीने विजूताईला अहेर म्हणून घेतलेले ते महावस्त्र. तेव्हा अर्थात संबंध चांगले होते उभयतांचे, की 'Was it just a Matter of convenience?' त्या क्षणी सुचेताच्या मनात विचार येऊन गेले.

शववाहिका वैकुंठभूमीकडे धावू लागली. तिकडे गुरुजी तयारीतच होते. सगळं विधीनुसार पार पडलं. मंडळी घरोघर परतली. "नक्षत्रशांती करायला हवीये, गुरुजी सांगत होते." सिद्धार्थ, सुचेताचा नवरा अंघोळीला जाता जाता म्हणाला.

दोनच दिवसांनी वेदवतीचा सिद्धार्थला फोन, "मी दिलेली ती पैठणी शेवटी ताईच्या पार्थिवावर घातली होती नं? नाही, म्हणजे तुमच्यावर माझा विश्वास आहे म्हणून विचारते." "नाही मावशी, तुमच्या इच्छेप्रमाणे त्यांना अग्नी देण्यापूर्वी घातली होती ती त्यांच्या देहावर," बोलताना सिद्धार्थचा कपाळाला हात. "ठीक आहे," फोन कट. सुचेताला त्याने विचारलंदेखील, "हे सगळं काय चाललंय?" सिद्धार्थला काहीच कळलं नाही; पण त्यामागचं राजकारण सुचेताला पुरेपूर उमगलं होतं. तिला हसूच आलं. "केवढा हा अहंकार! डोंगराएवढा!! जेवढं पद मोठं, प्रतिष्ठा मोठी, तेवढा इगोही मोठा. आयुष्यभर मोठ्या डौलात, रुबाबात राहिली ती मावशी. ७०-७५च्या त्या दशकात, जेव्हा दूरदर्शन नुकतंच बाळसं धरू लागलं होतं, तेव्हा इंग्लिश न्यूजरीडर म्हणून काय वट होता तिचा. रिटायर होण्याआधी सहा महिने लंडन बी.बी.सी.लाही जाऊन भेट देऊन आली होती मायबाप सरकारच्या कृपेने... तेव्हा साहजिकच होतं, सगळे नातेवाईक दबून असायचे तिच्यासमोर... पण असं अस्थानी, अवेळी 'मी, माझं' कुठे करत बसलीस? ताईच्या मृत्यूनंतर तरी निदान तू सगळं विसरायला हवं होतंस... झालं असं, वेदवतीने लेकीच्या विवाहप्रसंगी ही पैठणी ताईला

दिली; पण ती तिच्याजवळ राहिलीच नाही. तिच्याही प्रारब्धात प्रवास योग होता जणू. विजू मावशीची धाकटी जाऊ नंदा मध्यंतरी एका लग्नासाठी मुंबईला आलेली. तेव्हा तिच्या नजरेस ती सुंदर कलाकृती पडली. अन् तिच्या मनात ती भरली. माधवरावांच्या या भावाची परिस्थिती यथातथाच. जेमतेम बी.एड. झालेला हा सर्वांत धाकटा भाऊ सांगलीतल्या हरिपूर येथे शाळामास्तर होता. त्याचा मोठा मुलगा व्यसनी निघाला. त्याचं लग्न झालेलं आणि पदरात दोन मुली. त्या सोन्यासारख्या नातींकडे बघून जीव तुटायचा, म्हणून केवळ त्याला घराबाहेर काढला नव्हता; पण उतारवयात इतक्या माणसांचा प्रपंचाचा गाडा ओढताना बिचारा गांजून गेलेला अगदी. पैशाची चणचण कायमची. माधवरावच मग या ना त्या रूपाने, कधी कपडे पाठवून, कधी हरिपूरला गेले की वर्षभराचं धान्य भरून...

तर सांगायची गोष्ट अशी की, नंदाने त्या लग्नात थोरल्या जाऊबाईंच्या अंगावर ते राजवस्त्र पाहिलं आणि ती हरखून गेली. एक पैठणी आपल्याही वस्त्रकोषात असावी अशी किती वर्षांपासूनची इच्छा होती तिची... पण नवऱ्याच्या तुटपुंज्या पगारात कसं जमणार? थोरल्या जावेचा कनवाळू उदार स्वभाव मात्र चांगलाच परिचित होता. तिनं ठरवलं, घरी आल्यावर विषय काढायचाच. लग्नाची पंगत झाली. यजमानांचा निरोप घेऊन सगळे घरी आले. साड्या बदलायला दोघी आत गेल्या तसं धाडकन विचारूनच टाकलं नंदाने, "वहिनी, ही पैठणी वेदवती मावशीनं दिलेली नं? छान खुलून दिसतीये तुमच्या गोऱ्या रंगावर." "आवडली तुला?" "हो खूऽऽप, अं, येत्या मेमध्ये वासंतीच्या, माझ्या चुलत बहिणीच्या मुलाची मुंज आहे... तेव्हा घेऊन जाऊ का ती नेसायला? काय आहे नं, सारख्या त्याच त्याच साड्या नेसून इतरांच्या समोर जायची पण लाज वाटते हो आताशा." तिचे सजल नेत्र पाहून विजूमावशीचा जीव कळवळला नसता तरच नवल. "अगं हो, त्यात काय एवढं विचारायचं? खुश्शाल घेऊन जा. मनसोक्त मिरव आणि मग दे पाठवून." इति विजूमावशी.

असा त्या पैठणीचा प्रवास सुरू झाला. विजयामावशीकडून नंदाकडे, मुलुंड ते सांगली. भाच्याची मुंज थाटात पार पडली. तिथून पुढे पुण्याला शेजाऱ्यांच्या वास्तुशांतीला, नंतर पार दिल्लीपर्यंत मिरवून

झालं; पण पैठणी परत करायचं नाव नाही!!

त्यानंतर पाच-सहा महिन्यांनी प्रभामामाच्या साठीशांतीनिमित्त एकत्र जमले असता सहज विषय निघाला आणि वेदवतीला कळलं की, तिच्या कनवाळू ताईनं ती पैठणी 'काही दिवस' नंदाला वापरायला दिलेली, ती अजून परत आलेली नाहीये. तेव्हा संतापून आकाशपाताळ एक केलं वेदवतीनं, "किती भोळी गं तू? कधी शहाणपण येणार तुला?" असा उद्धारही झाला. ते वाग्बाण इतके जिव्हारी लागले की, विजूताईंच्या डोळ्यांतून पाणी आलं, ते पाहून रुद्रावतार धारण केलेल्या माधवरावांनी तात्काळ हरिपूरला फोन लावला. "मिळेल त्या गाडीने मुलुंडला या आणि पैठणी परत करा." असा सज्जड दमच भरला त्यांनी नंदाला. मग दातओठ खात नंदाने ते राजवस्त्र आपल्या नवऱ्याच्या स्वाधीन केलं होतं.

दोनच दिवसांत पैठणी परत 'स्वगृही' आली. तसा विजूमावशीचा जीव भांड्यात पडला. 'किती हौसेनं लक्ष्मी रोडवरच्या त्या प्रशस्त दुकानातनं ती पसंत केली होती दोघी बहिणींनी!' सुचेताच्या मनात येत होतं, विजूमावशीच्या अंतिम यात्रेत ते राजवस्त्र अखेरपर्यंत तिची साथ करीत होतं.

सुचेतानं ही सगळी चित्तरकथा आपल्या नवऱ्याला सांगितली तसा तोही अवाक झाला. सुचेताच पुढे व्यक्त होऊ लागली. "जिथे नरदेहरूपी महावस्त्राचीसुद्धा चिमूटभर राख होते, तिथे या महावस्त्राची काय कथा?" सुचेताच्या या उद्गारांनी सिद्धार्थच्या मनात त्या दिवशीच्या स्मृती उफाळून आल्या. वैकुंठभूमीत विजूमावशीचं पार्थिव चितेवर ठेवलं तेव्हा जोरदार वारा सुटला होता. पैठणीचा तो नक्षीदार पदर वाऱ्याने फडफडताना दिसत होता. एकच क्षण... पुढच्याच क्षणी लपलपत्या ज्वाळांनी तो लपेटून घेतला आणि बघता बघता ते महावस्त्र भस्मसात झालं.

"सिद्धार्थ, कशी असते ही नात्यांची, भावनांची गुंतागुंत? आपली सख्खी मोठी बहीण अनंताच्या प्रवासाला निघालीये आणि इकडे वेदवतीच्या मनात मात्र वेगळेच हिशोब चालू? न जाणो, मी दिलेली ही पैठणी पुन्हा ही नंदा तिची आठवण म्हणून घेऊनबिऊन गेली तर? काय भरवसा तिचा?"

"जाणारी तर गेली निर्मोही अनासक्तपणे, मग मागे राहिलेल्या तिच्या चीजवस्तूंमध्ये तुझा जीव कशाला गं अडकायला हवा? तू काय व्यर्थ अहंकाराचं ओझं बाळगतीयेस उरावर? तू तिला ती भेट म्हणून दिलीस तेव्हाच तुझं स्वामित्व संपायला हवं होतं... तिच्या-तुझ्यामध्ये तीन-चार वर्षांचंच अंतर... इतकं जपजाप्य करतेस, देव देव करतेस, मग थोडंसं निरंहकारी होणं नाही जमलं तुला? त्या शोकाकुल, दुःखद प्रसंगीसुद्धा तुला ताई जाण्याचं दुःख कमी आणि त्या पैठणीचं काय होतंय याचीच काळजी लागून राहिलेली. ऐकलं होतं, मृत्यूच्या दर्शनाने भल्याभल्यांचाही अहंकार गळून पडतो. माणूस तुझं-माझं विसरतो; पण तुझा अहंकार तर सगळ्या मर्यादा पार करून गेला."

"अस्तु. तुझ्या इच्छेप्रमाणेच घडून आलं सगळं. त्या राजवस्त्राचा आणि तुझ्या ताईचा ऐहिक प्रवास संपला एकाच अग्नीवर." बोलता बोलता अगदी आतून उमगत गेलं सुचेताला. नातेसंबंधाची मर्यादा, भावनांची निरर्थकता, धाग्यांचा विसविशीतपणा आणि 'जितं मया' या अभिनिवेशाचं क्षणभंगुरत्व. तशी ती गप्प झाली. इतका वेळ काही न बोलता ऐकून घेणाऱ्या सिद्धार्थने ओळखलं, आपल्या हळव्या मनाच्या अतिसंवेदनशील सुचेताला नेहमीचाच प्रश्न पडलाय. "माणसं अशी का वागतात?" आणि ती त्याचा त्रास करून घेतीये... तिचा प्रत्यक्ष... संबंध नसला तरी. तो इतकंच म्हणाला, "गेलेल्या माणसाच्या आत्म्याला शांती लाभो अशी प्रार्थना आपण नेहमी करतो. तशी ती आपण सर्व विजयामावशीसाठी करूच; पण जिवंत माणसाचं काय? वेदवतीमावशीच्या इच्छेनुसार ती पैठणी अखेर 'अग्नये स्वाहा' झाली. या कृतीने तरी तिचा आत्मा थंड झाला असेल का?" सिद्धार्थच्या त्या समर्पक प्रश्नाचं उत्तर मात्र सुचेताकडे नव्हतं.

◆

पॅकेज

"ए ऋचा, आलोय गं मी. चहा आण नं थोडा. आज तर चौथी सीट पण मिळाली नाही. विरार गाडीला प्रचंड गोंधळ होता. तीन गाड्या रद्द झाल्या." थकूनभागून घरी आलेल्या दिनेशने पाठीवरली बॅग सोफ्यावर फेकली आणि बायकोला हाक मारली.

आतमध्ये गॅस पेटवल्याचे, चहाचं भांडं दाणकन गॅसवर आदळल्याचे आवाज. "आलात का? हा घ्या चहा. ओता नरड्यात." चहाचा कप दिनेश समोरच्या टी-पॉयवर आदळत ऋचा फूत्कारली. "आज खायला काही नाही? भूकपण लागलीये गं फार," केविलवाणा बापुडा दिनेश. "आणते नं. काय काय आणू? इडली-डोसे-उपमा-पोहे? की माझी हाडं खायला घालू? नाहीतर आम्हाला कामं काय दुसरी? रांधा, वाढा, उष्टी काढा, यातच जन्म सरायचा आमचा. या खुराड्यातच उभं राहायचं अन् इथेच आडवं व्हायचं." आत जाता जाता, "नाही केलं खायला आज. खालून पाण्याच्या बादल्या आणून कंबर मोडली माझी. अर्धा तास दम धरा. घालते गिळायला..."

घामेजलेला, दमलेला, भुकेलेला, लोकलच्या प्रवासात अर्धा जीव झालेला. बिचारा तसाच त्या जुनाट सोफ्यावर पडून राहिला. खरंतर उठून... स्नान करावंसं वाटत होतं. मस्तपैकी

टबबाथ घ्यावासा. पाण्यात यथेच्छ डुबावंसं वाटत होतं; पण चाळीतल्या या दीड खणी घरात ही लक्झरी कुठून मिळणार? मागे पुण्याला महेशदादाकडे गेलो होतो तेव्हा हे सुख अनुभवलं होतं. इथे सकाळ-संध्याकाळ नियमितपणे नळाला पाणी आलं तरी 'उदंड जाहले पाणी । स्नानसंध्या करावया॥' असा आनंद दाटतो. बसल्या जागी त्याला कधी डुलकी लागली कळलंच नाही.

दिनेश जागा झाला. ॠचाच्या कर्कश किंचाळण्याने आणि चिनूच्या भोकाड पसरण्याने. दोन वर्षांचा गोंडस चिनू... सगळा राग आता त्याच्यावर निघत होता. आता मात्र दिनेशला गप्प बसवेना. "का त्या निष्पाप पोराला मारतीयेस कैदाशिणी? तू आई आहेस की कोण आहेस?" चिनूला जवळ ओढून घेत दिनेश ओरडला. "ना ना रे बाबू, ललू नतोश, ये, आपण बाहेर उभे राहू या. तुला एक गंमत दाखवतो. चल," प्रेमाने त्याची पापी घेत दिनेशने त्याला कडेवर उचलून घेतलं आणि तो बाहेरच्या कॉमन व्हरांड्यात उभा राहिला. "उगी उगी बाळा. आपण आईचं घर उन्हात बांधू हं..."

जेवणं मूकपणेच पार पडली. आचवून तो चिनूला घेऊन पुन्हा बाहेर आला. डोकं दुखायला लागलं होतं. मुंबईसारख्या महानगरात जेमतेम तीस हजार रुपये मिळवणारा तो एका प्रायव्हेट छोट्या कंपनीतला अकाउंटंट, साधा बी.कॉम. झालेला. तोही एका दूरच्या काकांकडे राहून. 'गावाहून आला तेव्हा फार मोठी स्वप्नं नव्हतीच. आर्थिक कुवत नव्हती म्हणून शिक्षणही तिथेच थांबलं आणि एवढ्या कमी पगारात चाळीतली ही जागाच परवडते म्हणून हे घर भाड्याने घेतलं. कमावणारा एकच आणि खाणारी तोंडं बरीच. गावी वृद्ध आई-बाबा, मधला मतिमंद राधेय यांनाही त्यातनंच पैसे पाठवावे लागतात.

'उरलेल्या वीस हजारांत महिना काढायचा म्हणजे कर्मकठीण. त्यात अधनंमधनं गावचा पाहुणा असतोच मुक्कामाला एक-दोन दिवस. आपलेच गणगोत ते. त्यांना नाही तरी कसं म्हणायचं? इथे आम्ही दोघं, चिनू आणि गावाहून एम.एस्सी. करायला आलेली धाकटी बहीण इरा... इरावती. ट्यूशन्स घेऊन थोडाफार पैसा मिळवते. तेवढाच दादाच्या प्रपंचाला हातभार. खूप समंजस, लाघवी अन् प्रेमळ आहे पोरगी. तिच्यासाठी आणि चिनूसाठी यावंसं वाटतं घरात; नाहीतर...?

ट्यूशन्स, कॉलेज, अभ्यास सांभाळून मदत करते वहिनीला. भांडी घासायला बाई होती, ती पण काढायला लावली तिने इथं आल्यावर. ''मी घासून टाकीन.'' म्हणाली. बायकोची जीभ सैल सुटली की, अगदी कानकोंडी होते; पण तिचा रोष पत्करूनही आपण तिला इथे ठेवून घेतलीये. तिच्या तरी हुशारीचं चीज होऊ दे.'

शेजारपाजारचे दिवे अन् आवाज एव्हाना मंदावलेले. इरा भांडी घासून बाहेर आली. ''दमलायस नं दादा खूप? डोकं दुखतंय? बाम चोळून देऊ का?'' तिनं मायेनं विचारलं. टचकन पाणी आलं त्याच्या डोळ्यातून. ''इरे, एकदा एम.एस्सी. झालीस की बस्स. थोडी कळ काढ अन् या दादावर राग नको धरूस.'' ''नाही रे दादा, मुळीच नाही. उलट तू नि वहिनी किती करता माझ्यासाठी! वहिनीची चिडचिड होते म्हणून तू असा नाराज नको होऊस. अरे, हेही दिवस जातील अन् आपल्या घरात सुख चालत येईल. बघशील तू... जा, झोपा आता. आण चिनूला इकडे. अय्या, झोपला पण बाबू...'' चिनूला घेऊन इरा आत गेली. दिनेश आत गेला अन् क्षणात आडवा पडून घोरू लागला.

''इरा, ऋचा इकडे या. हे पाहिलंत का?'' दिनेश घरी आला तोच मुळी आनंदाने निथळत... हातातलं एनव्हलप फडफडवत. ''काय आहे आता? जरा स्वस्थ बसू द्या नं पाच मिनिटं!'' बायकोचा स्वर नेहमीसारखा त्रासलेला. इराला मात्र त्या आनंदाची बाधा झाली. ''दादा, आज लवकर आलास? अन् कसलं एन्व्हलप आहे हे? एनी गुड न्यूज?'' ऋचाच्या हातात ते एन्व्हलप देत दिनेश सांगू लागला, ''इरे, अगं आमच्या कंपनीने दुबईत ऑफिस उघडलंय आणि माझी तिकडे अकाउंटंट म्हणून अपॉइंटमेन्ट झालीये.'' त्या अपॉइंटमेन्टवर झरझर नजर फिरवून ऋचा चित्कारली! ''अहो, म्हणजे महिन्याला तुम्हाला सव्वा लाख रुपये पॅकेज मिळणार? तुम्हाला दुबईला जॉब मिळाला? खरंच?'' तिने आनंदाने स्वत:भोवती गिरकी घेतली. ''वॉव, दादा, What a great news! कधी जॉइन व्हायचंय? आणि तू एकटाच जाणार? राहणार कुठे?'' इराचे प्रश्न संपत नव्हते. ''आण्णांना ही गोड बातमी कळवली पाहिजे,'' आनंदाने ते इवलंसं घर भरून गेलं... बऱ्याच दिवसांनी.

खरंतर ही ऑफर आली, तेव्हा दिनेश जावं की जाऊ नये अशा दुविधेत सापडला होता. देश नवा, तिथली भाषा नवी, इंग्रजीशी फारसं

सख्ख्य नाही आपलं, तिथलं कल्चर, तिथली माणसं, सगळंच अनोळखी आपल्यासाठी. परत तिथलं प्रचंड उष्ण हवामान. कसा काय निभाव लागणार आपला? एक मन म्हणत होतं, तर दुसरं मन सांगत होतं; पण पैसा तर हवाच आहे. चिनूला शिकवायचंय. इरा म्हणतीये मला पीएच.डी करायचंय. तिचं स्वप्न पूर्ण करायचंय. तिचं लग्न, चिनूचं शिक्षण आणि एक छोटंसं का असेना स्वतःचं घर... एक साधं, कम्फर्टेबल आयुष्य हवंय. खरंच पूर्ण होईल का हे स्वप्न? पण आपण तिकडे गेल्यावर ही चिनूला, इराला नीट सांभाळेल का? आणि चिनूशिवाय आपण कसे राहू त्या प्रांतात? सगळे नुसते प्रश्नच. सध्या अनुत्तरितच.

"चला, व्हिसा आला हातात. उद्या एअर तिकिट्ससाठी एजंटला गाठायला हवं. काय मग बायको, आता तरी खूश नं... भरपूर पैसे मिळवणार तुझा नवरा आता." त्याच्या व्याजोक्तीकडे साफ दुर्लक्ष केलं ऋचाने. "हो, हो, खूप आनंदात आहे मी. आपलं स्वतंत्र घराचं स्वप्न लवकरच पूर्ण होईल. मी छान सजवीन ते आणि आपल्या चिनूला खूप शिकवू या आपण." तिच्या डोळ्यांत रंगीत स्वप्नं तरळत होती. बोलता बोलता आवाजही हळुवार झालेला. चाळीतल्या या आपल्या घरकुलात हिने आपली वधू बनून उंबरठ्यावरचं माप ओलांडलं त्याला बघताबघता पाच वर्षं झाली; पण कधी हिच्या मुखकमलावर अशी प्रसन्नता नाही पाहिली, चिनूच्या जन्माचा अपवाद सोडता. नंतर कळलं की, तिला खूप पैसेवाला नवरा हवा होता; पण घरच्यांनी या लग्नासाठी आग्रहच केला तिला. 'नवरा सज्जन आहे, होतकरू आहे.' आई तर तिची जीव द्यायची भाषा करू लागली. तेव्हापासून हा राग, ही चिडचिड.

"हो, पण तुम्ही इथली काळजी मुळीच करू नका हं. मी आणि इरा सांभाळू चिनूला. मी तर म्हणते आई-आण्णांनाही गावाहून इकडे बोलावून घेऊ. त्यांनाही सोबत अन् आम्हालाही आधार." दिनेश अचंब्याने ऋचाकडे बघत होता. अर्थात तिच्या लक्षातही आलं नसेल ते. "अन् काय हो, मी ऐकलंय, तिकडे गल्फमध्ये उन्हाळा अगदी कडक असतो. ५०° जवळपास. त्या वाळवंटात तुम्हाला त्रास नाही का होणार? जपाल नं स्वतःला?" डोळ्यांत पाणी. बहुधा पहिल्यांदाच...

तेही नवऱ्याच्या काळजीने. दिनेशला गलबलून आलं. येताजाता 'बुळचट, नालायक' म्हणून आपला उद्धार करणारी. 'लग्न केलं आणि कामवाली आणली फ्रीमध्ये घरात' असा अपमान करणारी हीच का ती ऋचा? किती हौसेनं नाव ठेवलं होतं तिचं ऋचा, सात्त्विक, आध्यात्मिक. महिना एक-दीड लाख रुपये पगार मिळणार म्हटल्यावर, इतकी बदलली? ही माझ्या पॅकेजची किमया की ऋचाची माया? त्याला हसू आलं. चिनूला कधीतरी आपण सांगितलं होतं, 'आईचं घर आपण उन्हात बांधू या हं.' तेही त्या क्षणी त्याला आठवलं. 'चिनू, बाळा, तुझा बाबाच आता निघालाय स्वत:चं घर उन्हात बांधायला.' त्याने टेबलावरच्या साईबाबांच्या फ्रेमकडे बघितलं. त्याला वाटलं तेही समंजसपणे हसतायत आणि म्हणतायत, 'बेटा, यही तो 'मायाबाजार' है।'

◆

रिक्त

मोहना प्रभुदेसाई जोगळेकर

'रिक्त' कथासंग्रहातील कथाविषय, पात्र, घटना, काळ यांचे निराळे संदर्भ घेऊन येतात आणि त्यामुळेच दीर्घकाळ मनात रेंगाळत राहतात. पात्रांचा कथेतील घटनांबद्दल स्वत:चा दृष्टिकोन हेही कथांचं वैशिष्ट्यं. वाटेत घडलेल्या घटनेने बदललेलं आयुष्य, आईच्या निधनानंतर परदेशातून आलेली ती, स्वत:ची ओळख पटलेल्या दोन मुलींमुळे त्यांच्या घरात उठलेलं वादळ, मुलीवर आपल्या हातून अन्याय झाला हे अखेर तिच्यासमोर कबूल करणारे वडील, शाळकरी मुलाला त्याच्या पालकांनीच शाळेत प्रवेश घ्यावा असं वाटायला लागणारं वास्तव, जातीभेद करायचा नाही या निश्चयाने वेगळं पाऊल उचललेली तरुणी, आई वडिलांच्या घटस्फोटाचं सावट मनावर असताना लग्न केलेली युवती, समाजसेवेच्या अनुभवातून झालेली द्विधा मन:स्थिती, अनाथ मुलासाठी एका तरुणीने उचललेलं अनोखं पाऊल, घरातील 'फुकट' गेलेला मुलगा, अशा असंख्य विषयांमधून व्यक्तिरेखांचं बारीक निरीक्षण कथेतील पात्रापात्रातून डोकावत राहतं. सारीच पात्रं त्या-त्या काळात वाचकाला अलगद नेऊन सोडतात, कथेतील काळाशी, वातावरणाशी वाचक नकळत एकरूप होऊन जातो. 'रिक्त' कथासंग्रहातील प्रत्येक कथा पुढे काय ही उत्कंठा वाढविणारी आणि पुढील कथेबद्दल उत्सुकता ताणणारी आहे.